ചങ്കിലെ ചൈന

ഒരു ചിന്നക്കടക്കാരിയുടെ

ചീനായാത്ര

chankile china
oru chinnakadakariyude
cheenayathra
•
travelogue
•
chintha jerome
•
first edition
january 2018
•
typesetting & published
chintha publishers, thiruvananthapuram
•
cover
vinod

വിതരണം
ദേശാഭിമാനി ബുക്ക് ഹൗസ്
H O തിരുവനന്തപുരം-695 035
phone: 0471-2303026, 6063026
www.chinthapublishers.com
chinthapublishers@gmail.com

ബ്രാഞ്ചുകൾ

ഹെഡ്ഡാഫീസ് ബ്രാഞ്ച് കുന്നുകുഴി • സ്റ്റാച്യു തിരുവനന്തപുരം • കെ എസ് ആർ ടി സി ബസ് സ്റ്റേഷൻ ആലപ്പുഴ • കെ എസ് ആർ ടി സി ബസ് സ്റ്റേഷൻ എറണാകുളം • മച്ചിങ്ങൽ ലെയ്‌ൻ തൃശൂർ • ഐ ജി റോഡ് കോഴിക്കോട് • മാവൂർ റോഡ് കോഴിക്കോട് • എൻ ജി ഒ യൂണിയൻ ബിൽഡിങ് കണ്ണൂർ • സെൻട്രൽ ബസ് ടെർമിനൽ കോംപ്ലക്സ് താവക്കര കണ്ണൂർ

CO - 2806 / 4523
ISBN - 978-93-86637-76-5

ചങ്കിലെ ചൈന

ഒരു ചിന്നക്കടക്കാരിയുടെ ചീനായാത്ര

ചിന്ത ജെറോം

ചിന്ത പബ്ലിഷേഴ്സ്
തിരുവനന്തപുരം-695 035

ചിന്ത ജെറോം

അച്ഛൻ സി ജെറോം (റിട്ട. അദ്ധ്യാപകൻ) അമ്മ എസ്തർ ജെറോം (റിട്ട. അദ്ധ്യാപിക) എം എ, ബി എഡ്. ഇപ്പോൾ ഇംഗ്ലീഷ് സാഹിത്യത്തിൽ ഗവേഷണം നടത്തുന്നു. യുവജന കമ്മീഷൻ അദ്ധ്യക്ഷ, ഡി വൈ എഫ് ഐ സംസ്ഥാന സെക്രട്ടറിയേറ്റ് അംഗം, കേരള സർവ്വകലാശാല മുൻ സിൻഡിക്കേറ്റ് അംഗം, കേരള സർവ്വകലാശാല യൂണിയൻ മുൻ ചെയർപേഴ്സൺ.

ആദ്യ പുസ്തകം: *ചുംബനം സമരം ഇടതുപക്ഷം*

വിലാസം: ചിന്താ ലാന്റ്
പട്ടത്താനം പി ഒ
കൊല്ലം

ഉള്ളടക്കം

പ്രസാധകക്കുറിപ്പ്

അടഞ്ഞ ഒരു സമൂഹമായി ചൈനയെ കണ്ടിരുന്നൊരു കാലമുണ്ടായിരുന്നു. വൻമതിലിനുള്ളിൽ നടക്കുന്നതൊക്കെയും അജ്ഞാതമാണെന്ന് മുദ്രകുത്തപ്പെട്ടിരുന്നു. ലോകത്തിലെ ഏറ്റവും വലിയ സാമ്പത്തികശക്തിയായി ചൈന കുതിച്ചുയർന്നപ്പോൾ മുതലാളിത്തലോകം അന്ധാളിച്ചു. ദങ് സിയാവോപിങ് 1980 കളുടെ മദ്ധ്യത്തോടെ നടപ്പിലാക്കിയ സാമ്പത്തിക പരിഷ്കാരങ്ങൾ ചൈനയെ മാറ്റിത്തീർത്തു. സോഷ്യലിസ്റ്റ് കമ്പോളമോയെന്ന് വിമർശകർ അത്ഭുതം കൂറി. എന്നാൽ, ചൈനയ്ക്കിണങ്ങുംവിധമുള്ള സോഷ്യലിസ്റ്റ് നിർമ്മിതിയിൽ അവർ ഉറച്ചുനിന്നു. സകല മേഖലകളിലും പുരോഗതി കൈവരിക്കാൻ ചൈനയ്ക്കായി. ഇന്ന് ആളുകൾ സ്വതന്ത്രമായി പോയിവരുന്ന ഒരിടമാണ് ചൈന. ചൈനയുമായി വ്യാപാര - സാംസ്കാരിക വിനിമയങ്ങൾ പുരാതന കാലം മുതൽക്കേ നിലനിന്നിരുന്ന കേരളത്തിലെ ചിന്നക്കട എന്ന പ്രദേശത്തുനിന്നും ഒരു യുവതി ചീനയിലേക്കു നടത്തിയ യാത്രയാണീ പുസ്തകത്തിൽ. ചീനയുടെ ചരിത്രത്തിലേക്കും രാഷ്ട്രീയത്തിലേക്കും സാമൂഹിക ചലനങ്ങളിലേക്കും ഇറങ്ങിച്ചെല്ലുന്ന ഈ ചെറു യാത്രാ പുസ്തകം നിങ്ങൾക്ക് പുത്തൻ വായനാനുഭവമായിരിക്കും തന്നു പോകുന്നത്.

ചിന്ത പബ്ലിഷേഴ്സ്

സമർപ്പണം

ഭൂപടത്തിലെ ചൈനയെ കാട്ടി
കഥപറഞ്ഞ പപ്പയ്ക്ക്

വഴിക്കണ്ണുകൾ തുറക്കുമ്പോൾ...

കലാലയകാലത്ത് വായിച്ച നിത്യ ചൈതന്യയതിയുടെ പുസ്തകത്തിന്റെ പേരും *യാത്ര* എന്നു തന്നെയായിരുന്നു. ഭൂമിയിലെ ഏതൊരു ഭാഷയിലെയും ലയഭംഗികൊണ്ടും അഗാധാനുഭൂതികൊണ്ടും ജ്വലിപ്പിക്കാൻ പ്രാപ്തമായ പ്രിയ ശബ്ദങ്ങളിലൊന്ന് യാത്ര തന്നെ. യതിയുടെ *യാത്ര* വായിച്ച് ഉന്മാദം പൂണ്ട, യാത്രകളുടെ ഭൂഖണ്ഡാനന്തര അനുഭവങ്ങളെ ഭാവനയുടെ സൂചിമുനയിൽ നെയ്തെടുക്കാൻ ശ്രമിച്ച കൗമാരക്കാരിയെ എനിക്കിപ്പോഴും വ്യക്തതയോടെ ഓർത്തെടുക്കാനാവുന്നുണ്ട്. യാത്രകളുടെ ആത്മാവിലേക്കുള്ള വാതിൽ പോലെ ഒരു പുസ്തകം, അതായിരുന്നു യതിയുടെ *യാത്ര*. മനുഷ്യാത്മാവിനോളം സൂക്ഷ്മവും ഭൂമിയോളം സ്ഥൂലവുമായ യാത്രാനുഭൂതികളുടെ ലിഖിത ഭാഷ്യം ഒട്ടൊന്നുമല്ല എന്നിൽ കൊടുങ്കാറ്റു വിതച്ചത്. യാത്രാവിവരണം ഭൂമിയിലെ ഏതൊരു കോണിലെയും അനന്യനായ മനുഷ്യനിലേക്കുള്ള തീർത്ഥാടനങ്ങളുടെ കൂടി വിവരണമാണെന്ന് ഞാനറിഞ്ഞത് യതിയോർമ്മകളെ വായിച്ചതിനുശേഷമാണ്. ഫാത്തിമ മാതാ കോളേജിലെയും കൊല്ലം ജില്ലാ പബ്ലിക് ലൈബ്രറിയിലെയും യാത്രാ പുസ്തകങ്ങളെ ഭ്രാന്തെടുത്ത അഭിനിവേശത്തോടെ വായിച്ചു വായിച്ചു ഞാൻ ഒരു യാത്രാ വിവരണമായി സ്വയം വളരാൻ ശ്രമിക്കുകയായിരുന്നിരിക്കണം. വഴികളിൽ നിന്നു പെറുക്കിക്കൂട്ടിയ വാക്കുകളുമായി *രവീന്ദ്രന്റെ യാത്രകൾ* വാക്കും വഴിയും ഭിന്നമല്ലെന്ന് എന്നെ ബോധ്യപ്പെടുത്തി. ജാപ്പനീസ് ഹൈക്കുവിന്റെ ആചാര്യനായ ബാഷോയുടെ യാത്രാവിവരണം യാത്രകളുടെ ബദൽ ജീവിതത്തെക്കുറിച്ചുള്ള സത്യവേദ പുസ്തകമായിരുന്നു. മനുഷ്യന്റെ ആത്മബോധത്തിലേക്കുള്ള വിശുദ്ധ സഞ്ചാരങ്ങളായിരുന്നു അവയോരോന്നും. ബാഷോയുടെ യാത്രകളിലൊന്ന് അവസാനിക്കുന്നത് ഒരു

കൊച്ചു ഹൈക്കുവിലാണ്.

എന്റെ മനസ്സിൽ നിറയെ
കഴുകി വെടുപ്പാക്കിയ
എല്ലിൻ കഷ്ണങ്ങൾ
മാംസത്തിലൂടെ
ഹൃദയത്തിലേക്ക്
തുളച്ചുകയറുന്ന
തണുത്തകാറ്റ്...

പ്രിയമായിരുന്നു യാത്രകളോട്. കുഞ്ഞുനാളിൽ പപ്പയ്ക്കൊപ്പം ഞായറാഴ്ച വൈകുന്നേരങ്ങളിൽ കൊല്ലം നഗരത്തിന്റെ ആൾക്കൂട്ടങ്ങളിൽ ഓരം ചേർന്നു നടന്നപ്പോൾ തോന്നിയ അതേ അനുഭൂതിയായിരുന്നല്ലോ വർഷങ്ങൾക്കിപ്പുറം കമ്യൂണിസ്റ്റ് ചൈനയിലേക്ക് സഞ്ചരിച്ചപ്പോഴും. ഒരർത്ഥത്തിൽ എല്ലാ യാത്രകളും ഒന്നു തന്നെ. അവയുടെ ഉദ്ദേശ്യങ്ങളും അവ നിർമ്മിക്കുന്ന അനുഭൂതികളും ഒന്നുതന്നെ. എന്നിട്ടും നമുക്ക് യാത്ര പോകാൻ കൊതി തോന്നുന്നു. അകലങ്ങളിലെവിടെയോ ഇരുന്ന് പ്രിയപ്പെട്ടൊരാൾ നമുക്കായിമാത്രം വഴിക്കണ്ണു സൂക്ഷിക്കുന്നതിനാലാവണം ഭൂമിയിലെ യാത്രകൾ അവസാനിക്കാത്തത്. ഭൂമിക്ക് പുറത്തേക്കുള്ളതുമതേ.

എം ടിയുടെ *ആൾക്കൂട്ടത്തിൽ തനിയെ* യാത്രയായും, ആത്മകഥ യായും, ജീവചരിത്രമായും മാറി മാറി പെയ്തു. ഇപ്പോഴും തോർന്നിട്ടില്ല, *ആൾക്കൂട്ടത്തിൽ തനിയെ* എന്ന യാത്രാവായനയുടെ മഴപെയ്ത്ത്. സക്കറിയ, എസ് കെ പൊറ്റക്കാട് എന്നിവരുടെ യാത്രകൾ സംസ്കാര ത്തിലേക്കും ഭാഷയിലേക്കും ഭൂമിശാസ്ത്രങ്ങളുടെ പരിധി ലംഘനങ്ങളി ലേക്കുമുള്ള വിളക്കുകാലുകളായിരുന്നു. അന്ന് വായിച്ച യാത്രാവിവ രണങ്ങളിൽനിന്ന് തയ്യാറാക്കിയ നോട്ടുകൾ, വർഷങ്ങൾക്കിപ്പുറത്ത് 'ആമുഖ' മെഴുത്തിനായി വീണ്ടും വായിക്കുമ്പോൾ യാത്രകളിൽ നനഞ്ഞ് കുതിർന്ന്, വെയിലത്തും വെയിലെടുക്കാത്ത തണുപ്പ് തോന്നുന്നുണ്ട് ചങ്കിലാകെ.

യാത്ര പോകുമ്പോൾ നമ്മൾ ശുദ്ധീകരിക്കപ്പെടുന്നുണ്ട്. മനുഷ്യാ വസ്ഥകൾ നമ്മെ അത്ഭുതപ്പെടുത്തുകയും സങ്കടപ്പെടുത്തുകയും ചെയ്യു ന്നുണ്ട്. യാത്ര പോകുമ്പോൾ നമ്മൾ നമ്മളെത്തന്നെ കണ്ടെത്തുന്നുണ്ട്. ഒട്ടപരിചിതത്വത്തോടെ കണ്ടുമുട്ടുന്ന ഓരോ മനുഷ്യനേയും നമ്മൾ സ്നേ ഹിക്കാനും പ്രണയിക്കാനും തുടങ്ങുന്നുണ്ട്. അയാളുടെ അറിയപ്പെടാത്ത ജീവിതത്തിലേക്കും അനുഭവങ്ങളിലേക്കും നമ്മൾ സ്വപ്ന സഞ്ചാരം നടത്താൻ കൊതിക്കുന്നുണ്ട്.

യാത്രകളെല്ലാം ടൂർ പാക്കേജുകളാക്കുന്ന കാലത്ത്, എല്ലാ യാത്ര ക്കാരുടെയും മുഖം ഒരു പോലെ. അവരുടെ അനുഭവങ്ങളും അനുഭവമി ല്ലായ്മയും ഏതാണ്ടൊരു പോലെ. ക്രോഡീകരിക്കപ്പെട്ട, ടൂർ ഓപ്പറേറ്റിങ്

ഗ്രൂപ്പ് സ്പോൺസർ ചെയ്യുന്ന അനുഭവങ്ങൾ കൈയിലിത്തിരിമാത്രം പൈസയും, ഭാണ്ഡത്തിൽ മുഷിഞ്ഞ കുപ്പായങ്ങളും ഒത്തിരി സ്വപ്ന ങ്ങളുമായി നാം നടത്തേണ്ടുന്ന ബദൽ യാത്രാനുഭവങ്ങളിൽനിന്നും എത്രമേൽ ഭിന്നമാണ്.

ഏതൊരു കമ്യൂണിസ്റ്റിന്റെയും സ്വപ്ന യാത്രയുടെ ലക്ഷ്യ സ്ഥാന മാണ് ചൈന. ചൈനയുടെ ചരിത്രം കമ്യൂണിസത്തിന്റെ വളർച്ചയുടെ ചരിത്രം കൂടിയായതിനാലാവാം, മാവോ ഗാന്ധിയെ പോലെ ഇന്ത്യൻ മനസ്സിൽ കൈയൊപ്പ് പതിപ്പിച്ചതിനാലുമാവാം, ഈ പ്രിയം. ഭൂമിയിലെ വിടെയും മർദ്ദിതന്റെ സ്വപ്നമായി, അടിമയുടെ കരുത്തായി, കർഷകന്റെ വിയർപ്പായി കമ്യൂണിസം പടരുമെന്നതിന്റെ ഏറ്റവും ആഴമുള്ള സത്യ മായ് ചൈന ശേഷിക്കുന്നു എന്നതും ഒരു കാരണമാകാം. ചൈനയിലേ ക്കുള്ള യാത്രാ സംഘത്തിൽ ഞാനും തെരഞ്ഞെടുക്കപ്പെട്ടു എന്നു പാർട്ടി സെക്രട്ടറി സ. കോടിയേരി അറിയിച്ചതു മുതൽ ഞാൻ നടത്തിയ സ്വപ്ന യാത്രകളുടെയും കൂടി സമാഹാരമാണ് ഈ പുസ്തകം.

ചൈനയെക്കുറിച്ചുള്ള സമഗ്രമായ പഠനമോ, അന്വേഷണമോ അല്ല ഈ പുസ്തകം. യാത്രാവിവരണങ്ങൾ വായിച്ച് വായിച്ച് വിരാമമില്ലാത്ത യാത്രയായി വളരാൻ കൊതിച്ച ഒരുവളുടെ സ്വപ്നം മാത്രമായി ഈ പുസ്തകത്തെ കാണുക. പ്രിയപ്പെട്ടവരെ, യാത്രകളുടെ ഈ ഓർമ്മ പുസ്തകം നിങ്ങളുടെ വിമർശനങ്ങൾക്കായി തുറന്നുവയ്ക്കുന്നു.

കേരളത്തിന്റെ ചീനസ്മൃതികൾ

മദ്ധ്യയുഗത്തിൽ കേരളവും ചീനയും തമ്മിൽ സമ്പന്നമായ വാണിജ്യബന്ധമുണ്ടായിരുന്നുവെന്ന ചരിത്രവസ്തുത അക്കാലത്തെ സാമൂഹിക-സാംസ്കാരിക ബന്ധങ്ങളിലേക്കു കൂടി വെളിച്ചം വീശുന്നു. കേരളത്തിന്റെ വാണിജ്യചരിത്രത്തിൽ അറബികൾക്കൊപ്പം തന്നെ പ്രാധാന്യമുള്ളതാണ് ചീനയുമായുള്ള ബന്ധം. പതിനാറാം നൂറ്റാണ്ടുവരെ ദൃഢമായി തുടർന്നിരുന്ന ആ ബന്ധം തുടങ്ങുന്നത് ഉദ്ദേശ്യം പത്താംനൂറ്റാണ്ടിലാണെന്നു കാണാം.

വർത്തമാന കേരള സമൂഹത്തിന്റെ പല വിതാനങ്ങളിലും കേരളവും ചീനയുമായുണ്ടായിരുന്ന ബന്ധത്തിന്റെ സ്വാധീനം ദൃശ്യമാണ്. അറബികൾക്കും ചീനക്കാർക്കുമൊപ്പം അക്കാലയളവിൽ കേരളവുമായി വാണിജ്യബന്ധം പുലർത്തിയിരുന്നവർ ജൂതന്മാരും ക്രിസ്ത്യാനികളുമായിരുന്നു. എന്നാൽ, വാണിജ്യപരമായും സാംസ്കാരികപരമായും കേരളത്തെ കൂടുതൽ സ്വാധീനിച്ചത് ചീനക്കാരായിരുന്നു.

കേരളവും ചൈനയുമായുള്ള ബന്ധത്തിന്റെ തെളിവുകളിൽ പ്രധാനം മണിപ്രവാളകൃതികളിലെ പരാമർശങ്ങളാണ്. പതിനാലാം നൂറ്റാണ്ടിൽ രചിക്കപ്പെട്ട ഉണ്ണുനീലി സന്ദേശകാവ്യത്തിൽ കൊല്ലം തുറമുഖത്ത് നങ്കൂരമിടുന്ന ചീനകപ്പലുകളെപ്പറ്റി പരാമർശമുണ്ട്.

“ചൊങ്കരും ചാമ്പ്രാണിയുമുടനുടൻ വന്ന പോണാടനും കൊ-
ണ്ടാക്രാമന്ത്രീ ജലധിമഖിലം നിന്നുടെ കീർത്തി പോലെ”

കടൽപ്പരപ്പ് മറച്ചുനില്ക്കുന്ന പലതരം കപ്പലുകളെക്കുറിച്ചുള്ള വർണ്ണനയിൽ തെളിയുന്ന ‘ചൊങ്ക്’ ചീനക്കാരുടെ ‘ജങ്ക്’ ആണ്. ഇബ്ൻ ബത്തൂത്ത ചീനക്കപ്പലുകളുടെ വിവരണം നല്കുന്നതിലും ‘ജങ്ക്’ ഉണ്ട്. ചീനക്കപ്പലുകൾ പ്രധാനമായും മൂന്നു തരമായിരുന്നത്രേ- ജങ്ക്, കകം,

സൗ. ഇവയിൽ ആകാരം കൂടിയ കപ്പലുകളാണ് ജങ്കുകൾ (ജങ്കുകളുടെ മലയാള പ്രയോഗമാണ് ചൊങ്ക്). ഇടത്തരത്തിൽപ്പെട്ട കപ്പലുകൾ സൗ എന്നും ചെറിയ കപ്പലുകൾ കകം എന്നുമാണ് അറിയപ്പെട്ടിരുന്നത്. ചൊങ്കുകളിൽത്തന്നെ പന്ത്രണ്ടു പായ വരെ ഉള്ളവ ഉണ്ടായിരുന്നു. മരം കൊണ്ട് നിർമ്മിച്ച കപ്പലുകളിൽ നിരവധി തട്ടുകളുണ്ടാവും. വലിയ ജങ്കുകൾക്ക് ഒൻപത് അകമ്പടി കപ്പലുകളുണ്ടാവും. ഓരോ കപ്പലിന്റെയും തുഴകൾ പാമരത്തോളം വലിയവയായിരുന്നു. ആയിരത്തോളം ജോലിക്കാരുണ്ടായിരുന്ന കപ്പലുകളും അക്കാലത്ത് ചീനയിൽനിന്നും കേരളതീരത്ത് എത്തിയിരുന്നു. കപ്പൽ യാത്രികരിൽ മൂന്നിൽ ഒരു പങ്ക് പോരാളികളായിരിക്കും. കപ്പലിൽത്തന്നെ പോരാളികൾക്കും പണിക്കാർക്കും കച്ചവടക്കാർക്കും പാർക്കാൻ പ്രത്യേകം ഇടങ്ങളുണ്ടായിരുന്നു. ചീനയിലെ സായ്തൂണിലൊഴികെ ലോകത്ത് മറ്റൊരിടത്തും ഇത്തരം കപ്പലുകൾ നിർമ്മിച്ചിരുന്നില്ലെന്ന് ഇബ്ൻ ബത്തൂത്ത ഓർമ്മിക്കുന്നു.

*ഉണ്ണുനീലി സന്ദേശ*ത്തിൽ മാത്രമല്ല, ചീനബന്ധം പരാമർശിക്കപ്പെടുന്നത്. പതിനാലാം നൂറ്റാണ്ടിലെഴുതപ്പെട്ടത് എന്ന് കരുതപ്പെടുന്ന *ഉണ്ണിയാടി ചരിതം* ചമ്പുകാവ്യത്തിൽ നായികയുടെ നാടായ മറ്റത്തിനടുത്തെ ശ്രീപർവ്വതം എന്ന അങ്ങാടിയെക്കുറിച്ച് വർണ്ണിക്കുന്നുണ്ട്. അങ്ങാടിയിൽ കച്ചവടത്തിനെത്തുന്ന നാനാദേശക്കാരിൽ ചീനക്കാരും ഉൾപ്പെടുന്നു.

ബർബ്ബര ചോഴിയർ പാണ്ടികളൊട്ടിയവൾ
കൊങ്കണർ ചോനകർ ചീനർ തൂലിക്ക-
പ്രഭൃതികൾ നിജഭാഷികളാൽ നാനാ-
വിധമായ് പരദേശികളും മലയാളികളും
ചേർന്നിടതൂർന്നതിമാത്ര സമൃദ്ധം..

അങ്ങാടിയിലെത്തുന്ന വൈദേശികരെ വർണ്ണിക്കുന്ന കൂട്ടത്തിലെ ചീന പരാമർശം അക്കാലത്തെ സാമൂഹിക സാമ്പത്തികാവസ്ഥയിൽ ചൈനയ്ക്കുണ്ടായിരുന്ന സ്വാധീനത്തിന്റെ തെളിവാണ്.

കേരളത്തിലെ ചീനഭരണിയും ചീനച്ചട്ടികളും ചീനപ്പിഞ്ഞാണവും ചീനക്കളിമൺ പാത്രാവശിഷ്ടങ്ങളും ചൈനയിൽനിന്നും ഇറക്കുമതി ചെയ്യപ്പെട്ട പാരമ്പര്യത്തിന്റെ ബാക്കിപത്രങ്ങളാണ്. മദ്ധ്യകാലത്ത് ചീന വാണിജ്യത്തിലെ മുഖ്യ കൈമാറ്റച്ചരക്ക് കളിമൺപാത്രങ്ങളായിരുന്നു. 1127 മുതൽ 1279 വരെ ചീനയിൽ ഭരണം നടത്തിയ സുംഗ് വംശം വിദേശവാണിജ്യത്തിൽ പൊന്ന്, വെള്ളി, ഓട് എന്നീ ലോഹനിർമ്മിത നാണയങ്ങൾ ഉപയോഗിക്കുന്ന സമ്പ്രദായം അവസാനിപ്പിച്ചു. ഇതിനു ബദലായി ചൈനീസ് നിർമ്മിത കളിമൺ പാത്രങ്ങളും മറ്റും കൈമാറ്റങ്ങൾക്കും ക്രയവിക്രിയങ്ങൾക്കും ഉപയോഗിക്കാൻ ഭരണകൂടം ഉത്തരവിട്ടതായി ചരിത്രരേഖകൾ പറയുന്നു. ചീനകളിമൺപാത്രങ്ങൾക്കും മറ്റും കേരളത്തിലുണ്ടായിരുന്ന പ്രചാരം ഈ ചരിത്രവസ്തുതയ്ക്കൊപ്പം ചേർത്തു വായിക്കാനാകും. 1989–90 കാലത്ത് നടന്ന തെരച്ചിലിൽ കേരളത്തിന്റെ പലഭാഗങ്ങളിൽനിന്നും ചീന പാത്രങ്ങളുടെ അവശിഷ്ടങ്ങൾ

കണ്ടെടുത്തിരുന്നു. ഇതിനു മുൻപ് തന്നെ കൊല്ലം തീരത്തുനിന്നും, കൊടുങ്ങല്ലൂരിൽനിന്നും ചീന ഭരണിയുടെയും മറ്റും അവശിഷ്ടങ്ങൾ ശേഖരിച്ചിരുന്നു.

ജോൺ കാസ്‌വെൽ എന്ന വിദേശ ചരിത്രപണ്ഡിതൻ കണ്ണൂർ കോട്ടയിൽനിന്നും തലശ്ശേരി കോട്ടയിൽനിന്നും ചീന പാത്രങ്ങൾ ശേഖരിച്ചിരുന്നു. 1959 ൽ നടത്തിയ അന്വേഷണങ്ങളിൽ വടക്ക് ഏഴിമല മുതൽ തെക്ക് പൂവാർവരെയുള്ള പ്രദേശങ്ങളിൽനിന്നും പന്ത്രണ്ടാം ദശകം മുതൽ വിവിധ കാലങ്ങളിലായി കേരളത്തിൽ പ്രചാരത്തിലിരുന്ന ചീന പാത്രാവശിഷ്ടങ്ങൾ ധാരാളമായി കണ്ടെത്തി. വെള്ളയിൽ നീല പൂക്കളുള്ളവ, മിനുത്ത തവിട്ടുപാത്രങ്ങൾ തുടങ്ങിയവയാണ് പലകാലങ്ങളിലായി കണ്ടെടുത്ത സവിശേഷ ചീനപാത്രങ്ങൾ. തെക്കൻ കൊല്ലത്തുനിന്നും പന്തലായിനി കൊല്ലത്തുനിന്നും ക്രി. 13 മുതൽ 18 വരെയുള്ള ശതകങ്ങളിൽ പ്രചാരത്തിലിരുന്ന മികച്ചയിനം ചീനപാത്രശേഖരത്തിന്റെ അവശിഷ്ടങ്ങൾ കണ്ടെടുത്തിട്ടുണ്ട്.

കുരുമുളക്, ഏലം, നാളികേരം, അടയ്ക്ക എന്നിങ്ങനെയുള്ള കേരളീയോല്പന്നങ്ങൾക്ക് അക്കാലത്ത് ചൈനയിൽ വളരെ സ്വീകാര്യതയുണ്ടായിരുന്നു. വാണിജ്യാവശ്യത്തിനായുള്ള ഈ ഉല്പന്നങ്ങളുടെ കൃഷി ആരംഭിക്കുന്നത് അങ്ങനെയാണ്. കേരളതീരത്തുനിന്നും ചീനക്കപ്പലുകൾ ശേഖരിച്ചിരുന്ന ഉല്പന്നങ്ങളെപ്പറ്റി മാർക്കോപോളോവിന്റെ വിവരണത്തിൽ പ്രതിപാദിക്കുന്നുണ്ട്. ധാരാളം കുരുമുളകും ഇഞ്ചിയും കേരള

ത്തിൽനിന്ന് ചീനയിലേക്ക് കയറ്റുമതി ചെയ്യപ്പെട്ടു. ഏലവർഗ്ഗവും, ഗന്ധക്കുരുക്കളും, പരുത്തിതുണികളും കയറ്റുമതി ചെയ്തിരുന്ന വസ്തുക്കളിൽപ്പെട്ടിരുന്നു.

കേരളത്തിലേക്ക് ഇറക്കുമതി ചെയ്തിരുന്ന പ്രധാന വസ്തുക്കൾ ചീനകളിമൺപാത്രങ്ങൾ, ചീനപ്പട്ട്, രസം, ഈയം, ചെമ്പ്, തുത്തനാകം, സ്വർണ്ണം, വെള്ളി എന്നിവയായിരുന്നത്രേ. അമ്പലങ്ങളിലും തറവാടുകളിലും കോവിലകങ്ങളിലും അനിവാര്യമായിരുന്ന ഓട്ടുപാത്രങ്ങളുടെയും ചെമ്പുപാത്രങ്ങളുടെയും അസംസ്കൃതവസ്തുക്കൾ നമ്മുടെ തീരത്തെത്തിയത് ചീനയുമായുള്ള വ്യാപാരബന്ധത്തിന്റെ ഫലമായിട്ടാണ്. ചൈനയുടെ പരമ്പരാഗത ചിഹ്നമായ വ്യാളിയുടെ രൂപമുള്ള വലിയ ഭരണികളും പാത്രങ്ങളും ഇന്നും കേരളത്തിലെ പല തറവാടുകളിലുമുണ്ട്. കളിമൺപാത്രങ്ങൾക്കൊപ്പം ചായം മുക്കിയ സാറ്റിൻ, ബ്ലൂ ആൻഡ് വൈറ്റ് പാത്രങ്ങൾ, കസ്തൂരി, രസം എന്നിവയും അക്കാലത്ത് ചീനയിൽനിന്നും കേരളത്തിലേക്ക് ഇറക്കുമതി ചെയ്തിരുന്നവയാണ്. പതിനാലാം നൂറ്റാണ്ടിൽ രചിക്കപ്പെട്ട ചൈനീസ് കൃതിയായ *ദ ഓയിഷിലൂ* (Dacy Zhilue) എന്ന ഗ്രന്ഥത്തിൽ കേരളതീരത്തെ തെങ്ങുകളെക്കുറിച്ച് പരാമർശമുണ്ട്.

കോഴിക്കോടും കൊല്ലവുമായിരുന്നു പ്രധാന ചീനകേന്ദ്രങ്ങൾ. കൊല്ലം ഒരു ചീനതാവളമെന്ന നിലയിൽ ചരിത്രപ്രധാനമാണെന്ന് ഇബ്ൻ ബത്തൂത്തയുടെ വിവരണം തെളിയിക്കുന്നു.

'ചീനയിൽ നിന്നുവരുമ്പോൾ ഏറ്റവും അടുത്ത കേരള തുറമുഖം കൊല്ലമാണ്. അതുകൊണ്ട് ചീനക്കപ്പലുകൾ ഇങ്ങോട്ടാണ് വരുന്നത്'

പതിനഞ്ചാം നൂറ്റാണ്ടിൽ കേരളതീരത്തെത്തിയ 'ഗാഹ്വാൻ' എന്ന ചീനാ നാവികന്റെ കുറിപ്പുകളിലും കൊല്ലത്തെപ്പറ്റി പരാമർശിക്കുന്നുണ്ട്. കൊല്ലത്തെ ജനവിഭാഗമായ 'ചെട്ടി' എന്ന കൂട്ടരെക്കുറിച്ച്, 'പണക്കാരായ മുതലാളിമാർ' എന്നാണ് ഗാഹ്വാൻ വിശേഷിപ്പിക്കുന്നത്. കൊല്ലത്താകെ വളരുന്നത് കുരുമുളക് മാത്രമാണെന്ന് പറയുന്ന ഗാഹ്വാൻ കൊല്ലത്തെ മിക്കവരും ഉപജീവനത്തിനായി കുരുമുളക് കൃഷി നടത്തുകയും, വ്യാപാരികൾ അവ പാകമാകുമ്പോൾ വില കൊടുത്തുവാങ്ങി വാണികശാലകളിൽ സൂക്ഷിക്കുകയും ചെയ്യുന്നതിനെപ്പറ്റിയും സൂചിപ്പിക്കുന്നു. വിദേശ വ്യാപാരികൾ കൃഷിക്കാരിൽനിന്നും നേരിട്ടല്ല മുളക് ശേഖരിച്ചിരുന്നത്. മറിച്ച്, തദ്ദേശീയരായ വ്യാപാരികളിൽനിന്നാണ്.

കൊല്ലത്തെ ചീനത്താവളത്തെപ്പറ്റി ചീനക്കാരനായ 'ചൂകൂ'ത്തിന്റെ വിവരണത്തിൽ പറയുന്നുണ്ട്. കൊല്ലത്ത് ചീനക്കാർ സ്വയംഭരണം നടത്തിയിരുന്ന പ്രദേശമാണ് ചീനത്താവളം. ചീനത്താവളത്തിന് ചൈനയിൽ നിന്നെത്തിയ ഒരു രാജാവിന്റെ മേൽനോട്ടമുണ്ടാവും. രാജാവ് മരിച്ചാൽ എത്രയും പെട്ടെന്ന് തന്നെ ചീനയിൽനിന്ന് മറ്റൊരു രാജാവിനെ തെരഞ്ഞെടുത്തുകൊണ്ടു വന്ന് വാഴിക്കുന്ന സമ്പ്രദായവും അന്നുണ്ടായിരുന്നതായി ചുക്കൂത്ത് സൂചിപ്പിക്കുന്നു.

കോഴിക്കോട്ട് പട്ടുതെരുവിന്റെ തൊട്ടടുത്ത് ചീനക്കോട്ട എന്ന പേരിൽ

ഇപ്പോഴും ഒരു സ്ഥലമുണ്ട്. തെക്കൻ കൊല്ലത്തുണ്ടായിരുന്നതുപോലെ ചീനക്കാർക്ക് കോഴിക്കോടുണ്ടായിരുന്ന അധിവാസ കേന്ദ്രമാകണം ചീന ക്കോട്ട. കാപ്പാട് ഒരു ചീനകച്ചേരിയുമുണ്ട്. ഇതെല്ലാം തന്നെ കേരളവും ചീനയും തമ്മിലുണ്ടായിരുന്ന ദൃഢബന്ധത്തിന്റെ തിരുശേഷിപ്പുകളാണ്.

വിപ്ലവം മുഴങ്ങുന്ന പർവ്വത നിരകൾ

കമ്യൂണിസ്റ്റ് ചൈനയിലേക്കുള്ള 15 അംഗ പ്രതിനിധി സംഘത്തിൽ കേരളത്തിൽനിന്ന് ഞാനുമുണ്ടായിരുന്നു. ലോകമെമ്പാടുമുള്ള ഇടതുപക്ഷപ്രവർത്തകർക്ക് ആവേശമായി ജ്വലിച്ചുകൊണ്ടേയിരിക്കുന്ന ഒരു ചുവപ്പ് നക്ഷത്രത്തിലേക്കാണ് എന്റെ യാത്ര.

ഇന്ത്യയുടെ വിവിധ ഭാഗങ്ങളിൽനിന്നും തെരഞ്ഞെടുക്കപ്പെട്ട 15 അംഗ പ്രതിനിധി സംഘത്തിലെ ഏറ്റവും പ്രായം കുറഞ്ഞ അംഗവും ഞാനായിരുന്നു. കേരളത്തിൽ നിന്നുള്ള മറ്റൊരാൾ സഖാവ് കെ എൻ ബാലഗോപാലായിരുന്നു. ആഗസ്ത് 24 നും സെപ്തംബർ മൂന്നിനുമിടയിൽ ചൈനീസ് കമ്യൂണിസ്റ്റ് പാർട്ടിയുടെ അതിഥികളായി ഞങ്ങൾ നടത്തിയ യാത്രകൾ എന്നിൽ നിറച്ച തോന്നലുകളും ഓർമ്മകളുമാണിത്. ജിംങ്ഗ്യാങ്ഷാൻ മലനിരകളാണ് യാത്രയിൽ ഹൃദയത്തിൽ ആഴത്തിൽ പതിഞ്ഞത്.

ആഗസ്ത് 24 ന് വിമാനമിറങ്ങിയതു മുതൽ സെപ്തംബർ 4 ന് ബീജിങ്ങിൽനിന്നും മടക്കയാത്ര തുടങ്ങുംവരെ ഞങ്ങൾ ചൈനയുടെ ചരിത്ര വർത്തമാന മുഖങ്ങളിലൂടെ സഞ്ചരിക്കുകയായിരുന്നു. 'ബീജിങ്', 'യുനാൻ', 'ജിംങ്ഗ്യാങ്ഷാൻ' തുടങ്ങി വിവിധ പ്രദേശങ്ങളിലായി കണ്ടുതീർത്ത കാഴ്ചകളും അനുഭവങ്ങളും ജീവിതത്തിന്റെ എല്ലാ വഴികളിലും ഊർജ്ജകേന്ദ്രമായി പ്രവർത്തിക്കുമെന്നതിൽ സംശയമില്ല.

ഒരു രാഷ്ട്രം എന്ന നിലയിൽ സോഷ്യലിസ്റ്റ് പാതയിലൂടെ ലോകത്തിന്റെ മുകൾത്തട്ടിലേക്ക് കുതിക്കുകയാണ് ചൈന. രണ്ടു ചൈന ഉള്ളതായി നമുക്കു തോന്നും. ആധുനികതയുടെ ഔന്നത്യങ്ങളിൽ വിഹരിക്കുന്ന ഒരു ചൈനയും ഗ്രാമീണതയുടെ സ്വപ്നാനുഭവങ്ങളിൽ സമൃദ്ധജീവിതം നയിക്കുന്ന ചൈനയുമുണ്ട്. ഈ രണ്ടു ചൈനയിലും കമ്യൂണി

സത്തിന്റെ സവിശേഷതകൾ ഭൗതിക നേട്ടങ്ങളായി ജ്വലിച്ചു നില്പുണ്ട്.

ജിങ്ഗ്യാങ്ഷാൻ എന്ന വിപ്ലവത്തിന്റെ പ്രഭവകേന്ദ്രത്തിൽ എത്താൻ കഴിഞ്ഞത് ഭാഗ്യം തന്നെ. ചെയർമാൻ മാവോയുടെ വീക്ഷണത്തിൽ വിപ്ലവം നടത്താനുള്ള ശരിയായ മാർഗ്ഗം ഗ്രാമീണരെ സംഘടിപ്പിച്ച് അവർക്ക് വർഗ്ഗബോധം പകർന്നു പരുവപ്പെടുത്തുക എന്നതാണ്. അദ്ദേഹത്തിന്റെ ഈ കാഴ്ചപ്പാടിന്റെ അടിസ്ഥാനത്തിലാണ് ജിങ്ഗ്യാങ്ഷാൻ മലനിരകളിൽ എത്തി കർഷകരെയും ഗ്രാമീണരേയും സംഘടിപ്പിച്ചു റെഡ് ആർമി രൂപീകരിച്ചത്. വിജയത്തിലെത്തിയ മാവോയുടെ റെഡ് ആർമി ഔട്ട് പോസ്റ്റുകൾ ഞങ്ങളുടെ മനസ്സിൽ ആവേശത്തിന്റെ തിരയിളക്കമാണ് സമ്മാനിച്ചത്.

ജിങ്ഗ്യാങ്ഷാൻ മലനിരകളിൽ നില്ക്കുമ്പോൾ, വിപ്ലവത്തിന്റേതായ ഒരനുഭവത്തിന്റെ കാഠിന്യത്തിലൂടെയും വൈകാരികതയിലൂടെയും കടന്നുപോയിട്ടില്ലാത്തതോർത്ത് വലിയ നഷ്ടബോധം തോന്നി എനിക്ക്. എനിക്ക് മാത്രമല്ല, ചൈനീസ് വിപ്ലവത്തിന്റെ ഹൃദയഭൂമിയായിരുന്ന

ജിങ്ഗ്യാങ്ഷാൻ സന്ദർശിക്കുന്ന ഏതൊരു സഖാവിനും വൈകാരികമായ അനുഭൂതികളിലൂടെ കടന്നുപോകാതിരിക്കാനാവില്ല. കാരണം, ഒരു ജനത നൂറ്റാണ്ടുകൾ നീണ്ട മർദ്ദകഭരണത്തിന്റെ വിലങ്ങുകൾ മുറിച്ചിട്ടത് ഈ മലനിരകളിൽനിന്നും അവരാർജ്ജിച്ച തീവ്ര പരിശീലനത്തിന്റെയും പരീക്ഷണങ്ങളുടെയും അനുഭവങ്ങൾ നിർമ്മിച്ചു നല്കിയ കരുത്തിനാലാണ്. ചൈനീസ് വിപ്ലവ മുന്നേറ്റത്തിന് നിർണ്ണായകമായ നേതൃത്വം നല്കിയ, സായുധ പോരാട്ട സംഘമായ റെഡ് ആർമി പിറന്ന സ്ഥലമാണ് ജിങ്ഗ്യാങ്ഷാൻ. വിപ്ലവത്തിന്റെ മണ്ണാണിത്. പർവ്വത ശരീരമാണ് ജിങ്ഗ്യാങ്ഷാന്റേത്. മലനിരകളുടെ സമൃദ്ധിയിൽ സായുധ പരിശീലനവും അതിജീവനവും എത്രമേൽ പ്രയാസകരമായിരുന്നു എന്ന് ഊഹിക്കാവുന്നതേയുള്ളൂ. ജിയാൻസി പ്രവിശ്യയുടെ അതിർത്തിയാണ് ഈ മലനിരകൾ എന്നു പറയാം. ഗിരിനിരകൾ മാത്രമല്ല, താഴ്വാരങ്ങളും

നിബിഡ പർവ്വതവും ഒക്കെ ചേർന്ന് പ്രകൃതിയുടെ സജീവ സാന്നിദ്ധ്യം ഇവിടെയുണ്ട്. 670 ചതുരശ്ര കിലോമീറ്റർ വിസ്തീർണ്ണമുള്ള ജിങ്ഗ്യാങ്ഷാൻ സമുദ്രനിരപ്പിൽനിന്ന് ശരാശരി 350 മീറ്റർ ഉയരെയാണ് സ്ഥിതിചെയ്യുന്നത്.

കാർഷിക-ഗ്രാമീണ മേഖലകളിൽ നിന്നായിരുന്നു മാവോ വിപ്ലവ കാരികളെ ആദ്യകാലത്ത് സംഘടിപ്പിച്ചിരുന്നത്. ഹുനാൻ പ്രദേശത്ത് കാർഷിക പ്രക്ഷോഭങ്ങൾക്ക് നേതൃത്വം നല്കിയെങ്കിലും ആ മുന്നേറ്റം പരാജയപ്പെടുകയാണുണ്ടായത്. ജിയാങ് കൈഷെക്ക് സാമ്രാജ്യത്വ അജ ണ്ടകളുടെ നടപ്പിൽവരുത്തലിനായി തൊഴിലാളി മുന്നേറ്റങ്ങളെ അമർച്ച ചെയ്യാൻ നടപടികൾ സ്വീകരിച്ചു വന്നതും ഇതേ കാലയളവിലാണ്. കുമി ന്താങ്ങുമൊത്തുള്ള ജനകീയമുന്നേറ്റം ചൈനയിൽ അധികാരമാറ്റത്തി നുള്ള അന്തരീക്ഷമൊരുക്കും എന്നായിരുന്നു കമ്യൂണിസ്റ്റ് പ്രതീക്ഷയെ

ങ്കിലും അപ്രതീക്ഷിതമായി 1927 ജൂലൈ 15 ന് വൂഹാനിൽ വെച്ച് കുമിന്താങ് കമ്യൂണിസ്റ്റ് സഖ്യം ഉപേക്ഷിക്കാനുള്ള തീരുമാനം ഔപ ചാരികമായി പ്രഖ്യാപിച്ചു. ഇത്തരമൊരു വിഷമഘട്ടത്തിലാണ് സൈനിക മുന്നേറ്റത്തിൽ കമ്യൂണിസ്റ്റ് പാർട്ടി ശ്രദ്ധ കേന്ദ്രീകരിച്ചത്. ഇതിനായി പാർട്ടി തെരഞ്ഞെടുത്തത് ഈ മലനിരകളായിരുന്നു. ചുവപ്പ് സേനയുടെ യഥാർത്ഥ പിറവിയും വികാസവും സാക്ഷാൽക്കരിക്കപ്പെട്ട ഭൂമി എന്ന നിലയിൽ ജിങ്ഗ്യാങ്ഷാൻ മലനിരകൾക്ക് ചൈനയുടെ വിപ്ലവ ചരിത്ര ത്തിൽ പ്രൗഢമായ ഇടമാണുള്ളത്. ചൈനയുടെ പ്രവർത്തനകാലത്തെ നിർണ്ണയിക്കുന്നതിൽ സുപ്രധാന പങ്കുവഹിച്ച വിപ്ലവ ഭൂമി എന്ന നില

യിൽ ലോകമെമ്പാടുമുള്ള പാർട്ടി പ്രവർത്തകർ സംഘമായി ഈ പ്രദേശം സന്ദർശിക്കുക പതിവാണ്. ഞങ്ങളെത്തിയപ്പോഴും ലോകത്തിന്റെ വിവിധ ഇടങ്ങളിൽനിന്നുള്ള പാർട്ടി പ്രവർത്തകരാലും ചരിത്രവിദ്യാർത്ഥികളാലും നിബിഡമായിരുന്നു മലനിരകൾ. ഒരു രാഷ്ട്രത്തിന്റെ ചരിത്രത്തിലെ ചുവപ്പു മണക്കുന്ന മണ്ണിൽ ഒരിക്കലെങ്കിലും കാലുകുത്താനുള്ള വിപ്ലവാഭിലാഷമാണ് അവരെ ഇവിടേക്ക് എത്തിക്കുന്നത്.

വിപ്ലവസൃഷ്ടികൾക്കൊപ്പം

ജിങ്ഗ്യാങ്ഷാൻ മലനിരകളിൽ പോരാട്ടത്തിന്റെ വിത്ത് വിതച്ച ചൈനീസ് ചുവപ്പ് സേന 1928 ൽ താമസിച്ചിരുന്ന വീട് സന്ദർശിക്കാനും ഞങ്ങൾക്ക് അവസരമുണ്ടായി. കുമിന്താങ് സൈന്യത്തെ പരാജയപ്പെടുത്തിയത് നാനൂറിൽ താഴെ മാത്രം വരുന്ന ഈ സൈനികരായിരുന്നു. സൈനികർക്കൊപ്പം തന്നെയായിരുന്നു മാവോയും. അദ്ദേഹം അക്കാലത്ത് താമസിച്ചിരുന്ന വീട് ഇപ്പോൾ സർക്കാർ ഒരു ചരിത്രമ്യൂസിയമായി സംരക്ഷിക്കുകയാണ്. നമ്മുടെ നാട്ടിലെ പഴയ തറവാടുകളുടെ നാലുകെട്ടിനെ ഓർമ്മിപ്പിക്കുന്ന നിർമ്മിതിയാണ് മാവോ ഭവനം. വിവിധയിനം ഫലവൃക്ഷങ്ങളും കാർഷികോല്പന്നങ്ങളും മാവോ അക്കാലത്ത് വീടിനോട് ചേർന്ന ചെറു പ്രദേശത്ത് വളർത്തിയിരുന്നു. അതിന്റെ ഓർമ്മയ്ക്കെന്നവണ്ണം ഇപ്പോഴും ഒരു ചെറിയ കാർഷികകേന്ദ്രത്തിന്റെ മട്ടിൽ തന്നെയാണ് ഈ പ്രദേശം സൂക്ഷിച്ചിരിക്കുന്നത്. ഒറ്റ നിലയേ ഉള്ളൂവെങ്കിലും വീടിനുള്ളിൽ അനേകം മുറികൾ കാണാം. മാവോ ഇരുന്ന് പുസ്തകം വായിച്ചിരുന്ന പാറക്കല്ല് ഗൈഡ് ഞങ്ങൾക്ക് കാട്ടിത്തന്നു. എത്രമേൽ ലാളിത്യത്തോടെയാണ് ഒരു ജനതയുടെ വിപ്ലവ നായകൻ ജീവിച്ചിരുന്നതെന്ന് ആ കല്ലിൽ തൊട്ടുനോക്കെ ഞാനോർത്തു. അദ്ദേഹം ഉപ

യോഗിച്ചിരുന്ന കിടക്കകളും വിരിപ്പുമെല്ലാം അതേപടി സൂക്ഷിക്കുകയാണിപ്പോഴും.

മാവോ താമസിച്ചിരുന്ന വീട് സന്ദർശിച്ചതിനുശേഷം ഞങ്ങൾ ജിങ്ഗ്യാങ്ഷാൻ മ്യൂസിയത്തിലേക്ക് പോയി. 'ജിങ്ഗ്യാങ്ഷാൻ വിപ്ലവ മ്യൂസിയം' എന്നാണിത് അറിയപ്പെടുന്നത്. വിപ്ലവ ചരിത്രത്തിന്റെ സൂക്ഷിപ്പുകേന്ദ്രം തന്നെയാണീ മ്യൂസിയം. സാംസ്കാരിക പൈതൃക വകുപ്പിന്റെ മേൽനോട്ടത്തിൽ 1958 ലാണ് മ്യൂസിയത്തിന്റെ നിർമ്മാണം ആരംഭിച്ചത്. 1959 ഒക്ടോബറിൽ മ്യൂസിയം ജനങ്ങൾക്കായി തുറന്നുകൊടുത്തു. ചൈനയുടെ വിപ്ലവ ചരിത്രം സംരക്ഷിക്കുന്നതിൽ അതീവശ്രദ്ധാലുവായിരുന്ന മാവോ അധികാരനിർവ്വഹണത്തിന്റെ തിരക്കുകൾക്കിടയിലും മ്യൂസിയത്തിന്റെ നിർമ്മാണത്തിന് മേൽനോട്ടം വഹിക്കുകയും നിർദ്ദേശങ്ങൾ നല്കുകയും ചെയ്തിരുന്നതായി ഗൈഡ് വ്യക്തമാക്കി. ചൈനയിലിപ്പോൾ ഒരു ദേശീയ മ്യൂസിയമാണുള്ളത്. പ്രാദേശിക വിപ്ലവ മ്യൂസിയങ്ങളിൽ ആദ്യത്തേതാണ് ഞങ്ങൾ സന്ദർശിച്ച 'ജിങ്ഗ്യാങ്ഷാൻ വിപ്ലവ മ്യൂസിയം.' ഈ മ്യൂസിയത്തിൽ ഞങ്ങളെ നയിച്ചത് 'റെഡ് ആർമി'യിലെ ഒരു പട്ടാളക്കാരന്റെ കൊച്ചുമകളാണ്. വിപ്ലവം തുടിക്കുന്ന കണ്ണുകളുള്ള, പോരാട്ടത്തിന്റെ അനന്തരാവകാശി. അവർ ഇന്നവിടെ ജോലി ചെയ്യുന്നു.

ചൈനീസ് വിപ്ലവ സംബന്ധിയായ നിരവധി ശേഷിപ്പുകൾ മ്യൂസിയത്തിൽ കാണാം. പ്രധാനമായും ചൈനീസ് വിപ്ലവത്തിന്റെ ചിത്രശേഖരമാണ് മ്യൂസിയത്തിന്റെ ആകർഷകഘടകങ്ങളിലൊന്ന്. സ്മാരകമായി മ്യൂസിയത്തെ നിലനിർത്തുന്ന ചൈനീസ് ഭരണകൂടം ഉൾപ്രദേശത്തുള്ള മ്യൂസിയത്തിലേക്കെത്തുന്ന റോഡുകൾ മനോഹരമായി അലങ്കരിക്കുന്നതിലും ശ്രദ്ധ ചെലുത്തിയിട്ടുണ്ട്.

മ്യൂസിയം സന്ദർശിച്ച ശേഷം ജിങ്ഗ്യാങ്ഷാൻ വിപ്ലവകാരികളുടെ അനന്തരാവകാശികൾക്കൊപ്പം അഭിമുഖവുമുണ്ടായിരുന്നു. 'ജിങ്ഗ്യാങ്ഷാന്റെ മാതാവ്' എന്നറിയപ്പെടുന്ന സെങ് ഷിയുടെ പുത്രന്റെ പ്രൗത്രനായ കെയ് ജൂണിനൊപ്പമായിരുന്നു അഭിമുഖസംഭാഷണം. കെയ് ഇപ്പോൾ സിലാജി (പാർട്ടി സ്കൂൾ) ലെ ഉദ്യോഗസ്ഥനാണ്. സെങ് ഷിയാങ്ങുമായും വിപ്ലവവുമായും ബന്ധപ്പെട്ട വിവിധ ചരിത്രമുഹൂർത്തങ്ങൾ സംഭാഷണത്തിന് വിധേയമായി. കെയ് ജൂൺ മുത്തശ്ശിയുടെ വിവിധ ജീവിതകാലങ്ങളിലെ സുപ്രധാനമായ ചിത്രങ്ങൾ നല്കിയാണ് ഞങ്ങളെ യാത്രയാക്കിയത്.

മലനിരകളിലേക്കായിരുന്നു തുടർന്നുള്ള യാത്ര. റോഡും കാലാവസ്ഥയും ഹിമാചൽപ്രദേശിലെ ഷിംല നഗരത്തെ ഓർമ്മിപ്പിക്കുന്നതാണ്. ആന്ധ്രയിൽനിന്നുള്ള സഖാവ് സുബ്ബറാവു തെലുങ്കാന സമരത്തെപ്പറ്റി പരാമർശിച്ചു. സഖാവ് സുബ്ബറാവുവും സ.മറിയം ബോട്ടുവാലയും ഇന്ത്യൻ സാഹചര്യത്തെപ്പറ്റി സംവാദത്തിൽ ഏർപ്പെട്ടു. സ. കെ എൻ ബാലഗോപാൽ ചൈനീസ് കമ്യൂണിസ്റ്റ് പാർട്ടി രാഷ്ട്രീയ വിദ്യാഭ്യാസത്തിനു നല്കുന്ന പ്രാധാന്യത്തെപ്പറ്റി ചൈനീസ് അന്താരാഷ്ട്ര വിഭാഗ

ത്തിലെ ഉദ്യോഗസ്ഥനുമായി ചർച്ച നടത്തുകയായിരുന്നു. ഞാൻ മലനിരകൾക്ക് ഉള്ളിലേക്ക് നടന്നു. മലനിരകളിലെ പടിക്കെട്ടുകളിൽ ഇരുന്ന് അർജന്റിനിയൻ പോരാളി ചെഗുവേരയെ ഓർത്തു. ക്യൂബൻ വിപ്ലവ മുന്നേറ്റത്തിന്റെ പരിശീലനത്തിനായി അദ്ദേഹവും ഒപ്പമുള്ള വിപ്ലവകാരികളും വളരെക്കാലം സെന്റ് റോസ എന്ന പ്രദേശത്ത് ഒളിച്ചു താമസിച്ചിരുന്നു. ഗറില്ലാ ദണ്ഡമുറകൾ ശാസ്ത്രീയമായി അഭ്യസിച്ചത് സെന്റ് റോസയിലെ മലനിരകളിലും സമീപത്തുണ്ടായിരുന്ന വനപ്രദേശങ്ങളിലുമായിരുന്നു. ബാറ്റിസ്റ്റയിലൂടെ അമേരിക്കൻ സാമ്രാജ്യത്വ ശക്തികളും കുത്തകകളും, സി ഐ എയും ചേർന്ന് ക്യൂബൻ ജനതയുടെ അവകാശങ്ങളെ കശാപ്പുചെയ്യുകയും ക്യൂബയെ അടിമരാഷ്ട്രമായി യന്ത്രവേഗത്തിൽ പരുവപ്പെടുത്തിയെടുക്കുകയും ചെയ്തുകൊണ്ടിരുന്ന കാലമായി

രുന്നു അത്. ഫിദൽ കാസ്ട്രോ വിപ്ലവത്തിന്റെ രൂപരേഖയും മാർഗ്ഗങ്ങളും തയ്യാറാക്കിയിരുന്നെങ്കിലും മെക്സിക്കോയിൽ വച്ച് ചെയെ കണ്ടുമുട്ടിയതോടെയാണ് ക്യൂബൻ വിപ്ലവത്തിന്റെ സായുധ മുന്നേറ്റ സാദ്ധ്യതകളെപ്പറ്റി ഗൗരവമായ ചിന്തയുണ്ടായത്. സായുധ മുന്നേറ്റത്തിന്റെ ചുമതല കാസ്ട്രോ പൂർണ്ണമായും ചെയെ ഏല്പിച്ചു.

മലനിരകളും, ചെങ്കുത്തായ പ്രദേശങ്ങളും, താഴ്വരകളും ഒക്കെ കൊണ്ട് ജിങ്ഗ്യാങ്ഷാനു സമാനമായ പ്രദേശമായിരുന്നു സെന്റ് റോസാ. അതുകൊണ്ടാവാം ഈ പ്രദേശം ഗറില്ലാ - സായുധ പരിശീലനത്തിനായി തെരഞ്ഞെടുത്തത്. ബാറ്റിസ്റ്റയുടെ ചാരപൊലീസിനും സി ഐ

എയ്ക്കും എളുപ്പം എത്തിപ്പെടാനാകാത്ത വനാന്തർഭാഗത്തായിരുന്നു സെന്റ് റോസ. അതികഠിനമായ പരിശീലനമുറകളിലൂടെ വിപ്ലവപോരാളികൾ കരുത്താർജ്ജിച്ചത് സെന്റ് റോസയിലായിരുന്നു. എണ്ണത്തിൽ ബാറ്റിസ്റ്റയുടെ സൈന്യത്തോടും സാമ്രാജ്യത്വ ശക്തികളോടും വളരെ ചെറുതെങ്കിലും തങ്ങൾക്ക് വിജയിക്കാനാകുമെന്ന പ്രതീക്ഷ ചെഗുവേരയുടെ സിരകളിൽ നിറച്ചത് സെന്റ് റോസയിലെ പരിശീലനകാലമായിരുന്നു.

ക്യൂബൻ വിപ്ലവ ചരിത്രത്തിൽ സെന്റ് റോസയ്ക്കുള്ള സ്ഥാനം തന്നെയാണ് ചൈനീസ് വിപ്ലവ ചരിത്രത്തിൽ ജിങ്ഗ്യാങ്ഷാൻ മലനിരകൾക്കുള്ളത്. ചൈനക്കാർക്ക് ഇപ്പോൾ ഈ മലനിരകൾ 'ഭാഗ്യത്തിന്റെ മലനിരകളാണ്.' ചുവപ്പു സേനയ്ക്ക് കരുത്തും തണലും നല്കിയ മലനിരകൾ ഭാവിയിലേക്ക് കരുതിവയ്ക്കാവുന്ന ഭാഗ്യസ്മാരകങ്ങൾ കൂടിയാണ് ചൈനീസ് ജനതയ്ക്ക്, ചൈനയുടെ ചരിത്രത്തിനും.

മനസ്സിൽ വിവരിക്കാൻ ആവാത്ത ഒരു അനുഭൂതിയാണ് വിപ്ലവമലനിരകളിൽ പാദമമർത്തി നില്ക്കുമ്പോൾ. ഈ ഗിരിശൃംഖം ചൈനീസ് വിപ്ലവത്തിന്റെ തൊട്ടിൽ എന്നാണ് അറിയപ്പെടുന്നത്. മലനിരകളിലേക്ക് കയറുമ്പോഴും ഇറങ്ങുമ്പോഴും സഞ്ചാരികൾക്ക് ഹൃദയത്തിൽ സൂക്ഷിക്കാൻ വലിയ പാറയിൽ കൊത്തി വച്ചിരിക്കുന്ന ചുവന്ന അക്ഷരങ്ങളുണ്ട്. അത് 'ജിങ്ഗ്യാങ്ഷാനി'ന്റെ ആവേശത്തെക്കുറിച്ചാണ് (Jinggangshan spirit) പാറയിൽ പതിച്ചിരിക്കുന്നത് ഇങ്ങനെ:

Jinggangshan spirit
firm faith
hard struggle
seeking truth from facts
courage to take a new way
Relying on the masses
dare to win

ഈ മന്ത്രങ്ങൾ തന്നെയാണ് കമ്യൂണിസ്റ്റ് ചൈനയുടെ വിജയത്തിനു പിന്നിൽ. ഇത് കേവലം അക്ഷരങ്ങളല്ല. വിപ്ലവത്തിനു ഇന്ധനമായ വാക്കുകളാണ്. ലോകത്തിന്റെ വിവിധ കോണിലുള്ള വിപ്ലവകാരികൾക്ക് എന്നും പ്രചോദനം പകരുന്ന വിപ്ലവം മുഴങ്ങുന്ന മലനിരകളാണ് ജിങ്ഗ്യാങ്ഷാൻ.

ജ്ഞാനവഴികളിലെ ചൈന

വിദ്യാർത്ഥി സംഘടനാ പ്രവർത്തനകാലത്തെ മുദ്രാവാക്യം വിളികളിൽ അവിഭാജ്യഘടകമായിരുന്നു ചൈന. ഏതൊരു എസ് എഫ് ഐ പ്രവർത്തകയ്ക്കും ഉണ്ടാകുന്ന ആവേശതിരയിളക്കം തന്നെയാണ് മൗവിന്റെ നാട്ടിലേക്കുള്ള യാത്രാവേളയിൽ അനുഭവിച്ചത്. വിപ്ലവത്തിന്റെ കേന്ദ്രത്തിലേക്കുള്ള യാത്ര വസ്തുതകളെ തിരിച്ചറിയാനുള്ള വേദിയായിരുന്നു. പുസ്തകങ്ങളിൽ വായിച്ചറിഞ്ഞ അനുഭവങ്ങൾക്കപ്പുറമായിരുന്നു ചൈന ഞങ്ങൾക്ക് കാട്ടിത്തന്ന വിസ്മയങ്ങൾ. എസ് എഫ് ഐ മുൻ അഖിലേന്ത്യാ പ്രസിഡന്റ് സ. കെ എൻ ബാലഗോപാൽ ആയിരുന്നു പതിനഞ്ചംഗ ഇന്ത്യൻ സംഘത്തിന്റെ ലീഡർ എന്നത് കൂടുതൽ ഗുണപ്രദമായിരുന്നു. ഞങ്ങളുടെ ശ്രദ്ധ ചൈനീസ് വിദ്യാഭ്യാസ മണ്ഡലത്തിലേക്ക് കൂടി തിരിച്ചു വിടുന്നതിന് കാരണമായത് അദ്ദേഹത്തിന്റെ താല്പര്യത്തിന്റെ ഭാഗമായി ഞങ്ങൾ നടത്തിയ യുനാൻ സർവ്വകലാശാലാ സന്ദർശനമായിരുന്നു.

ചൈനയുടെ സാമ്പത്തികപുരോഗതിയോടൊപ്പം തന്നെ ലോകമെമ്പാടും ശ്രദ്ധിക്കപ്പെട്ട മുന്നേറ്റമാണ് വിദ്യാഭ്യാസമേഖലയിലെ ചൈനീസ് വളർച്ച. ചൈനയിൽ സാക്ഷരത നിരക്ക് തൊണ്ണൂറിനു മുകളിലാണ്. ലോകത്തെ ഏറ്റവും ജനസംഖ്യയുള്ള രാജ്യമെന്ന നിലയിൽ നിരവധി പ്രതിസന്ധികളെ അതിജീവിച്ചാണ് വിദ്യാഭ്യാസമേഖലയിൽ വിപ്ലവാനന്തര കാലത്ത് അത്ഭുതകരമായ മുന്നേറ്റം നടത്താൻ ചൈനയ്ക്കു കഴിഞ്ഞത്.

രാജവാഴ്ച കാലത്തും അർദ്ധകൊളോണിയൽ, അർദ്ധഫ്യൂഡൽ ഭരണത്തിൻകീഴിലും ചൈനയിലെ വിദ്യാഭ്യാസമണ്ഡലം വരേണ്യസമൂഹത്തിന്റെ ആധിപത്യത്തിൻ കീഴിലായിരുന്നു. ചൈനീസ് ജനസംഖ്യയിൽ ബഹുഭൂരിപക്ഷം വരുന്ന തൊഴിലാളികളുടെയും കൃഷിക്കാരുടെയും

കുട്ടികൾക്ക് വിദ്യാഭ്യാസം നേടുക എന്നത് അക്കാലത്ത് പ്രയാസകരമായിരുന്നു. 1911 ൽ ഒന്നാം വിപ്ലവത്തിനുശേഷവും സ്ഥിതിയിൽ വലിയ മാറ്റമുണ്ടായില്ല. ബൂർഷ്വാസികളുടെയും ഭൂവുടമകളുടെയും കുട്ടികൾ വിദ്യാഭ്യാസം നേടിയപ്പോൾ തൊഴിലാളികളുടെ മക്കൾ ബാല്യം മുതല്ക്കേ തൊഴിലാളികളായി വളരാൻ പ്രായോഗിക പരിശീലനത്തിലേർപ്പെടാൻ നിർബ്ബന്ധിതരായി.

അടിസ്ഥാനവിദ്യാഭ്യാസം, പ്രാഥമികം, ജൂനിയർ, സീനിയർ, സാങ്കേതികം, തൊഴിലധിഷ്ഠിതം, മുതിർന്ന പൗരന്മാർക്കുള്ള വിദ്യാഭ്യാസം എന്നിങ്ങനെ സമകാലീന ചൈനയിൽ നിലനില്ക്കുന്ന വിദ്യാഭ്യാസ ഘടനയെ വേർതിരിക്കാം. 1949 ലെ ജനകീയഭരണകൂടത്തിന്റെ അധികാരാരോഹണത്തിനും മാവോയുടെ ശക്തമായ ഇടപെടലുകൾക്കും ശേഷമാണ് ചൈനയിലെ വിദ്യാഭ്യാസ മേഖലയിലെ ജനകീയവല്ക്കരണം സാധിതമായത്. ആറുപതിറ്റാണ്ടു കാലം കൊണ്ടാണ് ചൈനയിലെ വിദ്യാഭ്യാസ മേഖല വിപുലീകരിക്കപ്പെടുകയും ജനകീയമാവുകയും ചെയ്തത്. അതിന്റെ നേരടയാളമാണ് യുനാൻ സർവ്വകലാശാല.

യുനാൻ ദിനങ്ങൾ

യുനാൻ യാത്രയുടെ മർമ്മം യുനാൻ യൂണിവേഴ്സിറ്റി സന്ദർശനമായിരുന്നു. യുനാന്റെ തലസ്ഥാനമായ കുമിങ്, യുനാൻ യൂണിവേഴ്സിറ്റി, ഉൾപ്രദേശങ്ങളിലെ ഗ്രാമീണ സന്ദർശനം, കമ്യൂൺ സന്ദർശനം എന്നിവയായിരുന്നു യുനാൻ സന്ദർശനത്തിന്റെ വിവിധ ഭാഗങ്ങൾ. യുനാൻ പ്രവിശ്യ മ്യൂസിയം, വികേന്ദ്രീകൃത ജനാധിപത്യ സംവിധാനങ്ങൾ എന്നി

വയും ചൈനീസ് യാത്രയുടെ ഭാഗമായി സന്ദർശിക്കാൻ ഞങ്ങൾക്ക് അവസരം ലഭിച്ചു. എങ്കിലും യുനാൻ യൂണിവേഴ്സിറ്റി സന്ദർശനവും വിദ്യാർത്ഥികളുമായുള്ള മുഖാമുഖവുമായിരുന്നു യുനാൻ പ്രവിശ്യയുടെ ഹൈലൈറ്റ് സ്മൃതി എന്നു പറയേണ്ടിവരും.

ചൈന, തെക്ക് കിഴക്കൻ ഏഷ്യാ, തെക്കേഷ്യ എന്നിവ കൂടി ചേരുന്നിടത്താണ് യുനാൻ പ്രവിശ്യ സ്ഥിതി ചെയ്യുന്നത്. ഏഷ്യൻ, തെക്കുകിഴക്കേഷ്യൻ രാജ്യങ്ങളിലേക്കുള്ള ചൈനീസ് കവാടമാണീ പ്രവിശ്യ.

2000 വർഷങ്ങൾക്ക് മുൻപ് തന്നെ സിച്ചാൻ മുതൽ യുനാൻ, അവിടെ നിന്ന് മ്യാൻമാർ, ഇന്ത്യ, പാശ്ചാത്ത്യ രാജ്യങ്ങൾ എന്നിവയിലേക്ക് നീളുന്ന ദക്ഷിണ സിൽക്ക് പാത പുരാതന ചൈനയുടെ വിദേശബന്ധങ്ങളിൽ സുപ്രധാന ഘടകമായിരുന്നു.

ഇന്ന് യുനാൻ പ്രവിശ്യയുടെ കീഴിൽ 8 മുനിസിപ്പാലിറ്റികളുണ്ട്. പ്രവിശ്യയുടെ കീഴിൽ 129 നഗരങ്ങൾ ഉണ്ട്. 394000 ചതുരശ്ര കിലോമീറ്റർ വിസ്തീർണ്ണമുള്ള നഗരം ചൈനയുടെ മൊത്തം ശരീരത്തിന്റെ 4.1 ശതമാനം കൈയാളുന്നു. 2014 ലെ കണക്കുകളനുസരിച്ച് 47 മില്യനാണ് പ്രവിശ്യയിലെ ജനസംഖ്യ. ചൈനയിലെ ഏറ്റവും ജനസംഖ്യയുള്ള 12-ാം മത്തെ പ്രവിശ്യയാണ് യുനാൻ.

പർവ്വതങ്ങളും പീഠഭൂമികളും യുനാന്റെ 94 ശതമാനവും ഭാഗം വയ്ക്കുന്നു. നൂറ് ചതുരശ്ര കിലോമീറ്ററുകളിലായി ഒഴുകി പരക്കുന്ന 559 ഓളം ചെറുതും വലുതുമായ നദികൾ യുനാനിലുണ്ട്. ജൈവവൈവിദ്ധ്യം, ഊർജ്ജ സ്ത്രോതസ്സുകൾ, ധാതുക്കൾ എന്നിവയാലും സമ്പന്നമാണ് യുനാൻ പ്രവിശ്യ.

വംശീയ വൈവിദ്ധ്യങ്ങളാലും സമ്പന്നമാണീ പ്രവിശ്യ. ഹാൻ വിഭാഗം അടക്കം 25 ഓളം ന്യൂനപക്ഷ വംശങ്ങളിൽപ്പെട്ട ജനങ്ങൾ ഇവിടെ അധിവസിച്ചു പോരുന്നു. പറയത്തക്ക അക്രമ സംഭവങ്ങളോ, നിയമലംഘനങ്ങളോ ഇവിടെ നടക്കാറില്ലെന്ന് ഗൈഡ് സൂചിപ്പിച്ചു. ബയ്, ഡയ്, ലിസു തുടങ്ങിയ വിഭാഗങ്ങളിൽപ്പെട്ട ജനങ്ങളടക്കം വിവിധങ്ങളായ വംശീയ വേരുകളുള്ള ജനസമൂഹങ്ങൾ സമാധാനത്തോടെ പുലരുന്ന യുനാൻ ലോകജനതയ്ക്കാതെ മാതൃകയാക്കാവുന്ന വണ്ണം സമ്പന്നമായ വൈവിദ്ധ്യങ്ങളുടെ ഐക്യത്തോടെയുള്ള ജീവിതത്താൽ അനുഗ്രഹീതമാണ്.

യുനാൻ സർവ്വകലാശാലയിൽ

ചൈനയിലെ മുൻനിര സർവ്വകലാശാലകളിലൊന്നാണ് യുനാൻ സർവ്വകലാശാല. ഇന്ത്യയടക്കമുള്ള വിവിധ രാഷ്ട്രങ്ങളിൽനിന്നുള്ള അദ്ധ്യാപകരും വിദ്യാർത്ഥികളും യുനാൻ സർവ്വകലാശാലയ്ക്ക് ആഗോളമുഖം നല്കുന്നു. മുന്നൂറ് ഹെക്ടറിൽ പരന്നു കിടക്കുന്ന സർവ്വകലാശാല, വിദ്യാഭ്യാസ സംബന്ധിയായ നിരവധി പരീക്ഷണങ്ങളുടെ ഭൂമിക കൂടിയാണ്. അറിവിനെ പ്രായോഗിക മാനങ്ങളിലേക്ക് നീട്ടിയും വിദ്യാഭ്യാസത്തെ ജ്ഞാനോല്പാദത്തിന്റെയും സാമൂഹിക വികാസത്തി

ന്റെയും കേദാരമാക്കി വളർത്താനുള്ള ശ്രമങ്ങളിൽപ്പെട്ടും യുനാൻ പല തലമുറകളുടെ ഭാവി രചിച്ചുകൊണ്ടേയിരിക്കുന്നു.

കാമ്പസ് നടന്നു കാണണം എന്നായിരുന്നു ആഗ്രഹമെങ്കിലും പ്രായോഗികമല്ലാത്തതിനാൽ യൂണിവേഴ്സിറ്റി വാഹനത്തിലായിരുന്നു കാമ്പസ് ചുറ്റിക്കണ്ടത്. ഇന്ത്യയിലെ കാമ്പസുകൾക്കൊന്നും പ്രാപ്യമല്ലാത്തവണ്ണം സമ്പന്നമായ അടിസ്ഥാനസൗകര്യങ്ങളും അക്കാദമിക-ലൈബ്രറി സൗകര്യങ്ങളും ഇവിടെയുണ്ട്. സ്വതന്ത്രമായ ആൺ പെൺ സൗഹൃദങ്ങളും കൂട്ടായ്മകളും ഇവിടെ സജീവമാണ്. ചൈനീസ് വിദ്യാർത്ഥികളാണ് എണ്ണത്തിലേറെയെങ്കിലും പാശ്ചാത്യ, ഏഷ്യൻ രാജ്യങ്ങളിൽ നിന്നുള്ള വിദ്യാർത്ഥികളും കുറവല്ല. വിദേശ വിദ്യാർത്ഥികൾക്ക് സർവ്വകലാശാല സ്കോളർഷിപ്പ് ലഭിക്കാനുള്ള ആനുകൂല്യങ്ങളൊരുക്കിയിട്ടുണ്ട്. വിദ്യാർത്ഥികളുടെ കാര്യത്തിൽ മാത്രമല്ല, അദ്ധ്യാപകരുടെ നിയമനത്തിലും വിദേശികൾക്ക് ഗണ്യമായ പ്രാതിനിധ്യം യുനാൻ സർവ്വകലാശാല ഉറപ്പാക്കാൻ ശ്രമിക്കുന്നുണ്ടെന്ന് സർവ്വകലാശാല വി സി സംഭാഷണമദ്ധ്യേ സൂചിപ്പിച്ചു. ജെ എൻ യുവിൽ വിദ്യാഭ്യാസം പൂർത്തിയാക്കിയ രണ്ടുപേർ അദ്ധ്യാപകരായി യുനാൻ സർവ്വകലാശാലയിൽ പ്രവർത്തിക്കുന്നുണ്ടെന്ന വിവരം ഞങ്ങൾക്ക് വളരെ അത്ഭുതമായിരുന്നു. ഇരുവരെയും നേരിൽ കാണാനും ഞങ്ങൾക്ക് അവസരം ലഭിച്ചു. ഇന്ത്യയിലെ വിദ്യാർത്ഥി പ്രക്ഷോഭങ്ങളെപ്പറ്റിയും ജെ എൻ യുവിലെ വിദ്യാർത്ഥി വേട്ടയെപ്പറ്റിയും ആകാംക്ഷയോടെ ഇരുവരും ഞങ്ങളോട് സംസാരിച്ചു. മലയാളി വിദ്യാർത്ഥികളാരെങ്കിലും യുനാൻ സർവ്വകലാശാലയിൽ പഠിക്കുന്നുണ്ടോ എന്ന് തിരക്കിയെങ്കിലും ഇല്ലെന്നായിരുന്നു മറുപടി.

1932 ലാണ് യുനാൻ യൂണിവേഴ്സിറ്റി സ്ഥാപിക്കപ്പെട്ടത്. ആദ്യകാലത്ത് സെങ്ലൂ സർവ്വകലാശാല എന്ന് അറിയപ്പെട്ടിരുന്ന സർവ്വകലാശാല 1938 ലാണ് യുനാൻ ദേശീയ സർവ്വകലാശാലയായി മാറിയത്. 1937 ൽ സിമോങ് ക്വിങ് ലേ, എന്ന ഗണിതശാസ്ത്രജ്ഞൻ തലവനായി എത്തിയതോടെയാണ് സർവ്വകലാശാലയുടെ യഥാർത്ഥ ചരിത്രം തുടങ്ങുന്നത്. ലോകത്തിന്റെ വിവിധ ഭാഗങ്ങളിൽനിന്നുമുള്ള പ്രഗത്ഭ അദ്ധ്യാപകരെ ക്ഷണിച്ചുവരുത്തിയ ക്വിങ് ലേ, അദ്ധ്യാപനത്തിലും ഗവേഷക മേഖലയിലും വിപ്ലവകരമായ മുന്നേറ്റങ്ങളുണ്ടാക്കിയത് പില്ക്കാല വളർച്ചയിൽ കുറച്ചൊന്നുമല്ല സർവ്വകലാശാലയെ സഹായിച്ചത്. കല, ശാസ്ത്രം, സാമൂഹികശാസ്ത്രം, നിയമം, ആരോഗ്യശാസ്ത്രം, എഞ്ചിനീയറിങ്, കൃഷി തുടങ്ങിയ ഭിന്ന വിഷയങ്ങൾ കൈകാര്യം ചെയ്യാനായി 1950 ൽ തന്നെ യുനാൻ സർവ്വകലാശാലയിൽ വകുപ്പുകളുണ്ടായിരുന്നു. 1946 എൻസൈക്ലോപീഡിയ ബ്രിറ്റാനിക യുനാൻ സർവ്വകലാശാലയെ ലോക നിലവാരമുള്ള മികച്ച 15 ചൈനീസ് വിദ്യാഭ്യാസ കേന്ദ്രങ്ങളിലൊന്നായി തെരഞ്ഞെടുത്തു.

വിപ്ലവാനന്തരം കമ്യൂണിസ്റ്റ് ഗവൺമെന്റ് നിരവധി നടപടികളിലൂ

ടെയും നയങ്ങളിലൂടെയും യുനാൻ സർവ്വകലാശാലയുടെ ഭൗതികവും ബൗദ്ധികവുമായ മുന്നേറ്റങ്ങൾക്ക് വഴിതെളിച്ചു. ചില വിഷയങ്ങൾക്കായി പ്രത്യേക കേന്ദ്രങ്ങൾ സ്ഥാപിച്ചതിന്റെ ഭാഗമായി കുമിങ് യൂണിവേഴ്സിറ്റി ഓഫ് സയൻസ് ആന്റ് ടെക്നോളജി, കുമിങ് മെഡിക്കൽ യൂണിവേഴ്സിറ്റി, യുനാൻ കാർഷിക സർവ്വകലാശാല എന്നിവ പലകാലങ്ങളിലായി സ്ഥാപിക്കപ്പെട്ടു. യുനാൻ കാമ്പസിനകത്തല്ലെങ്കിലും സർവ്വകലാശാലയിൽനിന്നും അകലെയല്ലാതെ തന്നെയാണ് ഇവ സ്ഥിതി ചെയ്യുന്നത്.

8,14,000 ചതുരശ്ര കിലോമീറ്റർ വിസ്തീർണ്ണമുള്ള പൊതുഹാൾ, എണ്ണത്തിൽ 3,420000 വരുന്ന പുസ്തക ശേഖരവും, ഓൺലൈൻ വായനാ സ്രോതസ്സുകളും കൊണ്ട് സമ്പന്നമായ ലൈബ്രറി എന്നിവ സർവ്വകലാശാലയുടെ പ്രധാന ആകർഷണ ഘടകങ്ങളാണ്. 26 സ്കൂളുകൾ, ഒൻപത് ഗവേഷണ കേന്ദ്രങ്ങൾ, മൾട്ടി സ്പെഷ്യാലിറ്റി ആശുപത്രി, 92 യു ജി പ്രോഗ്രാമുകൾ, 13 പി എച്ച് ഡി കോഴ്സുകൾ, 2899

ഫാക്കൽറ്റി അംഗങ്ങൾ... ഇങ്ങനെ പോകുന്നു യുനാൻ സർവ്വകലാശാലയുടെ സവിശേഷതകൾ.

കേവലം അക്കാദമിക കേന്ദ്രം എന്ന നിലയിൽനിന്ന് സാമൂഹിക വികാസത്തിനും പ്രാദേശിക വികാസത്തിനും ഗണ്യമായ സംഭാവന നല്കാൻ കെല്പുള്ള കേന്ദ്രമായി യുനാൻ സർവ്വകലാശാലയെ മാറ്റാനുള്ള നിരവധി നടപടികളാണ് ഗവൺമെന്റ് സ്വീകരിച്ചിട്ടുള്ളത്. രാജ്യാന്തര നയങ്ങളിലും, സാംസ്കാരിക കൈമാറ്റ പദ്ധതിയിലും (Cultural Exchange Programme) സർവ്വകലാശാലയ്ക്ക് ലഭിക്കുന്ന പരിഗണന ഭരണകൂടവും വൈജ്ഞാനിക കേന്ദ്രങ്ങളും തമ്മിലുള്ള പാരസ്പര്യത്തിന്റെ ഉദാഹരണമാണ്. കലാശാലകളെ കേവലം അക്കാദമിക ഫാമുകളാക്കി മാറ്റി, ഭരണകൂട താല്പര്യങ്ങളുടെ ചൂതാട്ടശാലകളായി പരുവ

പ്പെടുത്താൻ ഇന്ത്യൻ ഭരണകൂടം പണിപ്പെടുമ്പോൾ യുനാൻ വളരുകയാണ്, ഭരണകൂടത്തിന്റെ വിരൽ പിടിച്ചുതന്നെ.

ഉന്നതവിദ്യാഭ്യാസമേഖലയിലെ നയരൂപീകരണവും അവയുടെ സമന്വയവും നിർവ്വഹിക്കുന്നത് സ്റ്റേറ്റ് വിദ്യാഭ്യാസ കമീഷനാണ്. ഉന്നത വിദ്യാഭ്യാസത്തിൽ ജൂനിയർ കോളേജുകൾ, സീനിയർ കോഴ്സുകൾ, മാസ്റ്റേഴ്സ്, ഡോക്ടറേറ്റ് കോഴ്സുകൾ എന്നിവയാണ് പ്രധാനമായും നിലവിലുള്ളത്. വിദ്യാഭ്യാസ മേഖലയിൽ സ്വകാര്യ മേഖലയ്ക്കും പങ്കാളിത്തം ഉറപ്പാക്കിക്കൊണ്ടുള്ള വിപുലീകരണമാണ് ചൈന ലക്ഷ്യമിടുന്നത്.

ചൈനയിൽ അടിസ്ഥാനവിദ്യാഭ്യാസം മൂന്നരവയസ്സിലാണ് ആരംഭിക്കുന്നത്. ഇത് ഔപചാരിക വിദ്യാഭ്യാസമായല്ല കണക്കാക്കപ്പെടുന്നത്. പ്രാഥമികവിദ്യാഭ്യാസം സാമ്പത്തിക ശേഷിക്കതീതമായി എല്ലാവർക്കും സൗജന്യമാണ്. 1949 ൽ 20 ശതമാനം കുട്ടികളായിരുന്നു പ്രാഥമിക വിദ്യാലയങ്ങളിൽ പ്രവേശനം നേടിയതെങ്കിൽ 2007 ൽ അത് 99 ശതമാനത്തിലെത്തി. വർഷങ്ങൾക്കുള്ളിൽ പ്രാഥമികവിദ്യാഭ്യാസത്തിൽ 100 ശതമാനം പ്രവേശനം ഉറപ്പാക്കുമെന്നാണ് രാജ്യത്തെ വിദ്യാഭ്യാസവിചക്ഷണർ കരുതുന്നത്. പ്രാഥമിക വിദ്യാഭ്യാസ സ്ഥാപനങ്ങളിൽ പ്രവേശനം നേടുന്ന വിദ്യാർത്ഥികളുടെ ചെലവുകളെല്ലാം ഗവൺമെന്റ് വഹിക്കും. പുസ്തക, ഭക്ഷണ ചെലവു മാത്രമേ രക്ഷകർത്താക്കൾ കണ്ടെത്തേണ്ടതുള്ളൂ. പാവപ്പെട്ട കുട്ടികൾക്ക് സാമ്പത്തികസഹായങ്ങൾ ഉറപ്പാക്കുന്നതിനായി പ്രാഥമികവിദ്യാഭ്യാസം മുതല്ക്കേ സ്കോളർഷിപ്പ് സമ്പ്രദായം നിലനില്ക്കുന്നുണ്ട്.

ഓരോ കുട്ടിയെയും ധാർമ്മികമായും ബുദ്ധിപരമായും സാംസ്കാരികമായും വികസിപ്പിക്കുന്നതാണ് വിദ്യാഭ്യാസത്തിന്റെ ലക്ഷ്യം. ഒന്നാം ക്ലാസു മുതൽ ചൈനയിലെ വിദ്യാർത്ഥികൾ രാഷ്ട്രീയ പഠനം നടത്തുന്നു. 1970 മുതൽ ഒന്നാം ക്ലാസ് മുതൽ ഇംഗ്ലീഷ് ഭാഷ നിർബ്ബന്ധമാണ്. ചൈനീസ് ഭാഷ, ഭാഷാശാസ്ത്രം, ചരിത്രം, ശാസ്ത്രം, ഭൂവിജ്ഞാനം, പൊതുവിജ്ഞാനം, സംഗീതം, കണക്ക് എന്നിവയെല്ലാം പ്രാഥമികതലത്തിലേ പഠനവിഷയങ്ങളാണ്.

മൂന്നുമുതൽ ആറു വർഷംവരെയാണ് സെക്കന്ററി വിദ്യാഭ്യാസം. ഒൻപതു മാസമാണ് അക്കാദമിക് പ്രവർത്തനങ്ങൾക്കായി ഒരാണ്ടിൽ ചെലവഴിക്കുന്നത്. ഒരു മാസം ഉല്പാദനമേഖലയിലെ കായികാദ്ധ്വാനത്തിനായി നീക്കിവച്ചിട്ടുണ്ട്. രാവിലെയുള്ള കായികാഭ്യാസമുൾപ്പെടെ എട്ടു മണിക്കൂറാണ് ക്ലാസ് സമയം. ചൈനീസ് ഭാഷാ സാഹിത്യം, മാർക്സിസം -ലെനിനിസം, ചൈനീസ് കമ്യൂണിസ്റ്റ് പാർട്ടിയുടെ ചരിത്രം, കണക്ക്, ഊർജ്ജതന്ത്രം, രസതന്ത്രം, ശരീരശാസ്ത്രം, ഇംഗ്ലീഷ്-റഷ്യൻ തുടങ്ങിയ വിദേശ ഭാഷകളിൽ ഒന്ന്, ഭൂവിജ്ഞാനം തുടങ്ങിയവ സെക്കന്ററി പാഠപദ്ധതിയിൽ ഉൾപ്പെടുന്നു. കായിക പരിശീലനം, വിപ്ലവകല, സംഗീതം തുടങ്ങിയവ പാഠ്യേതര പദ്ധതിയുടെ ഭാഗമാണ്.

1960 കളിൽ ആവിഷ്കരിക്കപ്പെട്ട 'രണ്ടു കാലുകൊണ്ടുള്ള നടപ്പ്' നയത്തിന്റെ ഭാഗമായാണ് പ്രത്യേക സാങ്കേതിക സ്കൂളുകൾ സ്ഥാപിക്കപ്പെട്ടത്. 1986 ൽ ജൂനിയർ, മിഡിൽ സ്കൂൾ വിദ്യാഭ്യാസം നിർബ്ബന്ധമാക്കുകയും എണ്ണത്തേക്കാൾ കൂടുതൽ പ്രാധാന്യം ഗുണനിലവാരത്തിനു നല്കുകയും ചെയ്തു. സീനിയർ സ്കൂൾ വിദ്യാഭ്യാസത്തിന്റെ പ്രസക്തി ഇക്കാലയളവിലാണ് വർദ്ധിച്ചത്. സീനിയർ സ്കൂൾ ബിരുദധാരി വിദ്യാഭ്യാസ സമ്പന്നനാണെന്നാണ് ചൈനക്കാർ പൊതുവേ വിശ്വസിക്കുന്നത്.

സെക്കന്ററി സ്കിൽ സ്കൂളുകൾ, ഹയർ വൊക്കേഷണൽ സ്കൂളുകൾ, തൊഴിലന്വേഷണ കേന്ദ്രങ്ങൾ, സാമൂഹിക പരിശീലന സ്ഥാപനങ്ങൾ എന്നിവ ഉൾക്കൊള്ളുന്നതാണ് തൊഴിലധിഷ്ഠിത-സാങ്കേതിക വിദ്യാഭ്യാസ മേഖല. സംസ്കാരിക വിപ്ലവാനന്തരമാണ് സാങ്കേതിക പരിശീലനകേന്ദ്രങ്ങളുടെ എണ്ണത്തിൽ വൻ വർദ്ധനയാണുണ്ടായത്. വ്യവസായം, സേവനം, കൃഷി, ബിസിനസ് മേഖലകളിലെ കൂടിവരുന്ന ആവശ്യങ്ങളെ അഭിസംബോധന ചെയ്യാൻ യുവാക്കളെ പ്രാപ്തരാക്കുകയായിരുന്നു ഈ നയത്തിന്റെ ലക്ഷ്യം.

സിലാജും കമ്യൂണിസ്റ്റ് വിദ്യാഭ്യാസവും

സിലാജ് (Celag -China Executive Leadership Academy) ചൈനീസ് കമ്യൂണിസ്റ്റ് പാർട്ടിയുടെ ഔദ്യോഗിക വിദ്യാഭ്യാസ കേന്ദ്രമാണ്. ചൈനീസ് വിപ്ലവത്തിന്റെ കളിത്തൊട്ടിലായി വാഴ്ത്തപ്പെടുന്ന ജിങ്ഗ്യാങ്ഷാനിലാണ് കമ്യൂണിസ്റ്റ് വിദ്യാഭ്യാസം, നേതൃത്വനിർമ്മാണം, സൈദ്ധാന്തികജ്ഞാനവിതരണം എന്നീ ലക്ഷ്യങ്ങളോടെ സിലാജ് പ്രവർത്തിക്കുന്നത്. കമ്യൂണിസ്റ്റ് ചട്ടക്കൂടിനെ പുതുതലമുറയ്ക്ക് പരിചയപ്പെടുത്തുക, കമ്യൂണിസത്തിന്റെ സൈദ്ധാന്തിക തലങ്ങളെ പുതിയ കാലത്തിനു പകർന്നുനല്കുക, പാർട്ടിയംഗങ്ങൾക്കു ചൈനയുടെ ചരിത്രം, നേതൃനിര, വിപ്ലവാനന്തര-വിപ്ലവപൂർവ്വ പാർട്ടിചരിത്രം എന്നിങ്ങനെ ഭിന്നശാഖകളിലുള്ള കമ്യൂണിസ്റ്റു പാരമ്പര്യത്തെ ചിരപരിചിതമാക്കുകയെന്നതാണ് സിലാജിന്റെ സുപ്രധാന ലക്ഷ്യങ്ങൾ.

സിലാജിന്റെ പ്രവർത്തനത്തെപ്പറ്റി ഞങ്ങളോട് സിലാജ് സർവ്വകലാശാലയിലെ വൈസ്ചാൻസലർ സുദീർഘമായി സംസാരിച്ചു. ഞങ്ങൾക്ക് ചൈനയുടെ വിപ്ലവ ചരിത്രവും കമ്യൂണിസ്റ്റ് ചൈനയുടെ വർത്തമാനവുമെല്ലാം പരിചയപ്പെടുത്താനായി പ്രഗല്ഭരുടെ പ്രഭാഷണവും ക്ലാസുകളും സംഘടിപ്പിച്ചിരുന്നു. പാർട്ടിയിൽ അംഗത്വമെടുക്കുന്ന സഖാക്കൾക്ക് പാർട്ടിഘടനയെക്കുറിച്ചും പ്രവർത്തനലക്ഷ്യങ്ങളെക്കുറിച്ചും വിശദമായ ക്ലാസുകൾ ഇവിടെ നല്കിവരാറുണ്ട്. ഞങ്ങൾ സിലാജ് സർവ്വകലാശാലയിൽ എത്തിയ സമയത്ത് അവിടെ നേപ്പാളിൽനിന്നുള്ള ഒരു പ്രതിനിധിസംഘവും ഉണ്ടായിരുന്നു. സൈദ്ധാന്തികവും പ്രായോഗികവുമായ തലത്തിലുള്ള പഠനമാണിവിടെ ക്രമീകരിച്ചിരിക്കുന്നത്. സാധാരണ ജനങ്ങളുമായി ഇടപഴകുന്നതിലും അവരെ പാർട്ടിനയങ്ങൾ ബോദ്ധ്യ

പ്പെടുത്തുന്നതിലും ചെറുപ്പക്കാർക്ക് പ്രാവീണ്യം ലഭിക്കാൻ പാർട്ടിയുടെ ഈ സംവിധാനം വളരെ പ്രയോജനകരമാണ്.

2003 ജൂൺ 6 നാണ് കാമ്പസിന്റെ നിർമ്മാണപ്രവർത്തനങ്ങൾ ആരംഭിച്ചത്. 2004 ൽ നിർമ്മാണം പൂർത്തിയാകുകയും 2004 മാർച്ചിൽ സിലാജ് പ്രവർത്തനമാരംഭിക്കുകയും ചെയ്തു. 44 ഏക്കറിലായി പരന്നുകിടക്കുന്ന കാമ്പസിൽ ഒരു സമയം 500 പേർക്ക് പരിശീലനം നല്കാനുള്ള സൗകര്യം ഉണ്ട്. തിരുവനന്തപുരം ഇ എം എസ് അക്കാദമിക്ക് സമാനമായ അന്തരീക്ഷം. പാർട്ടി ചരിത്രം, ചൈനയുടെ ചരിത്രം, കമ്യൂണിസം, വിവിധ വിപ്ലവ ധാരകൾ, മാവോ അടക്കമുള്ളവരെ പരിചയപ്പെടുത്തുന്ന പുസ്തക

ശേഖരങ്ങളുള്ള ലൈബ്രറി സിലാജിന്റെ പ്രധാന ഭാഗമാണ്. ലക്ചർ ഹാളും ലൈബ്രറി റൂമും എല്ലാം ആധുനിക സൗകര്യങ്ങളോടെ നിർമ്മിക്കപ്പെട്ടതാണ്.

ചൈനീസ് കമ്യൂണിസ്റ്റ് പാർട്ടിയുടെ കേന്ദ്രകമ്മിറ്റിയുടെ തീരുമാന പ്രകാരമായിരുന്നു സിലാജ് പ്രവർത്തനമാരംഭിച്ചത്. ചൈനീസ് കമ്യൂണിസത്തിന്റെ പ്രചരണവും സഖാക്കൾക്കിടയിൽ നേതൃപരമായ ഗുണങ്ങൾ വികസിപ്പിക്കലും സിലാജിന്റെ പ്രധാന ലക്ഷ്യങ്ങളായിരുന്നു. ചൈനീസ് ജനതയ്ക്ക് കമ്യൂണിസ്റ്റ് പ്രത്യയശാസ്ത്രത്തെ ചിരപരിചിതമാക്കുക മാത്രമല്ല, കമ്യൂണിസ്റ്റ് ജീവിതശൈലി, അച്ചടക്കം, വിപ്ലവബോധം എന്നീ ഗുണങ്ങൾ തലമുറകളിലേക്ക് സന്നിവേശിപ്പിക്കുക എന്നതും സിലാജിന്റെ ലക്ഷ്യങ്ങളാണ്.

കേന്ദ്രഗവൺമെന്റാണ് സിലാജിന്റെ ദൈനംദിനപ്രവർത്തനങ്ങൾക്കാവശ്യമായ പണം ഫണ്ടു ചെയ്യുന്നത്. സിലാജിന്റെ പ്രവർത്തനം കേന്ദ്ര

കമ്മിറ്റിയുടെ മേൽനോട്ടത്തിലാണ് സംവിധാനം ചെയ്യപ്പെട്ടിരിക്കുന്നത്. ജിയാൻസി പ്രവിശ്യയിലെ പാർട്ടികമ്മിറ്റിയുടെ പിന്തുണയും പാർട്ടിസ്കൂളിന്റെ പ്രവർത്തനത്തിനു കരുത്തേകുന്നു. പാർട്ടിസ്കൂളിന്റെ പരമാധികാരം പാർട്ടി നിയോഗിക്കുന്ന സിലാജ് പ്രസിഡന്റ്, വൈസ്പ്രസിഡന്റ് എന്നിവരിലൂടെയാണ്. സ്വാഭാവികമായി പാർട്ടി നേതൃത്വനിരയിലുള്ള സഖാക്കളാണ് ഈ ചുമതലകൾ വഹിക്കുന്നത്. സിലാജിൽ മാർക്സിസം -ലെനിനിസം, മാവോ ചിന്ത, വികസന നയങ്ങൾ എന്നിവയെല്ലാം പഠിപ്പിക്കപ്പെടുകയും പുതിയ വായനകൾക്ക് വിധേയമാക്കപ്പെടുകയും ചെയ്യുന്നു. പാർട്ടിപ്രവർത്തകർക്കിടയിൽ മാത്രമല്ല, പൊതുജനങ്ങൾക്കിടയിലും വിപ്ലവ വിദ്യാഭ്യാസ കേന്ദ്രം എന്ന നിലയിൽ സിലാജിന് സ്വീകാര്യത ഏറെയാണ്. കായിക പരിശീലനത്തിനുള്ള സംവിധാനവും ഇവിടെയുണ്ട്. ആരംഭം മുതൽ 2016 ജൂലൈ വരെ 1494 ട്രെയിനിങ് പ്രോഗ്രാമുകൾ പാർട്ടിസ്കൂളിൽ സംഘടിപ്പിക്കപ്പെട്ടു. ഞങ്ങൾ ഉൾപ്പെടെ 75,591 പ്രതിനിധികൾ വിജയകരമായി പരിശീലനം പൂർത്തിയാക്കി. ആഗോളതലത്തിൽ പാർട്ടിവിദ്യാഭ്യാസ കേന്ദ്രമെന്ന നിലയിൽ വളരെ വേഗം പ്രശസ്തിയാർജ്ജിച്ചുക്കൊണ്ടിരിക്കുന്ന സിലാജിലെ പാർട്ടി ക്ലാസുകൾ ഞങ്ങൾക്ക് കമ്യൂണിസത്തിന്റെ പൂർവ്വകാലത്തെപ്പറ്റിയും വർത്തമാന-ഭാവികാലങ്ങളെപ്പറ്റിയും പുതിയ ഉൾക്കാഴ്ചകൾ നല്കി.

ഉന്നതവിദ്യാഭ്യാസ മേഖലയിലും ചൈന മുന്നേറുകയാണ്. ഉന്നത വിദ്യാഭ്യാസ മേഖലയിലെ ഗുണനിലവാരം ഉറപ്പാക്കാനുള്ള നടപടികൾ 1996 ൽ തുടങ്ങി. മികച്ച സ്ഥാപനങ്ങൾക്ക് സാമ്പത്തിക-ഭൗതിക സഹായങ്ങളുൾപ്പെട്ട പാക്കേജുകൾ തയ്യാറാക്കി. രാഷ്ട്രീയ പാരമ്പര്യമോ കുടുംബപശ്ചാത്തലമോ ഉന്നതവിദ്യാഭ്യാസ പ്രവേശനത്തിന് യോഗ്യതയല്ലാതായി മാറിയതോടെ മെറിറ്റ്-അക്കാദമിക നേട്ടങ്ങൾ ഉയരങ്ങളിലേക്കുള്ള വിദ്യാർത്ഥികളുടെ വാതിലായി. സാധാരണ കുടുംബത്തിൽപ്പെട്ട കുട്ടികൾ ഉന്നത വിദ്യാഭ്യാസം നേടുന്നതിന് മെറിറ്റ്-മാനദണ്ഡം നേട്ടങ്ങൾ കാരണമായി. 1977 ൽ ദേശീയ പരീക്ഷാസമ്പ്രദായം പുന:സംഘടിപ്പിച്ചപ്പോൾ 2,78,000 സീറ്റുകൾക്കുവേണ്ടി 5.7 ദശലക്ഷം മത്സരാർത്ഥികൾ 700 കോളേജുകളിലും യൂണിവേഴ്സിറ്റികളിലുമായി പങ്കെടുത്തു. 2003 ലെ യുനെസ്കോ റിപ്പോർട്ട് അനുസരിച്ച് ഉന്നത വിദ്യാഭ്യാസ രംഗത്ത് ഏറ്റവും അധികം വിദ്യാർത്ഥികൾ ചൈനയിലാണുള്ളത്.

ഇന്ന് ചൈനയിലെ വിദ്യാഭ്യാസമേഖല അനുനിമിഷം നവീകരിക്കപ്പെട്ടുകൊണ്ടിരിക്കുകയാണ്. ശാസ്ത്ര സാങ്കേതിക മേഖലയ്ക്കൊപ്പം ബിസിനസ്, മാനവവിഭവശേഷി, അന്തർദ്ദേശീയവ്യാപനം, ഇലക്ട്രിക്കൽ എഞ്ചിനീയറിങ് തുടങ്ങിയ മേഖലകളിലേക്കും വിദ്യാഭ്യാസം വ്യാപിച്ചിട്ടുണ്ട്. അപ്പോഴും കൃഷി, വ്യവസായം, തൊഴിൽ പരിശീലനം തുടങ്ങിയ മൗലികതത്ത്വങ്ങളെ വിദ്യാഭ്യാസത്തിൽ പ്രാധാന്യത്തോടെ കാണുന്നു.

ചൈനയിലുണ്ടായിക്കൊണ്ടിരിക്കുന്ന അത്ഭുതകരമായ സാമ്പത്തിക വളർച്ചയുടെ മുഖ്യ കാരണങ്ങളിലൊന്ന് കാലാനുസൃതമായി വിദ്യാഭ്യാ

സപരിഷ്കാരങ്ങൾ നടപ്പിൽ വരുത്തിയതാണ്. ലോകത്തിലെ മികച്ച വിദ്യാഭ്യാസ സമ്പ്രദായങ്ങൾക്കൊപ്പം നില്ക്കുമ്പോൾ തന്നെ ചൈന യിലെ വിദ്യാഭ്യാസ മണ്ഡലത്തിന് മൗലികതയും തനത് മൂല്യങ്ങളുടെ സ്വാധീനവും അവകാശപ്പെടാനാകും.

ചരിത്രത്തിന്റെ വൻമതിൽ പൊക്കങ്ങൾ

"ഈ മതിലിന്റെ ഉച്ചിയിൽ കയറിയാലേ നിങ്ങൾ വീരപുരുഷന്മാരാവുകയുള്ളൂ" എന്നർത്ഥം വരുന്ന ഒരു പഴഞ്ചൊല്ല് ചൈനയിലുണ്ടത്രേ. 'വീരപുരുഷൻ' പ്രയോഗത്തിൽ പുരുഷാധിപത്യം ഒളിഞ്ഞിരിപ്പുണ്ടെങ്കിലും ഒരു 'ഹീറോ' ആകണമെങ്കിൽ വൻമതിലിൽ ഒരിക്കലെങ്കിലും കയറിയിരിക്കണമെന്ന ചൈനീസ് വിശ്വാസം വൻമതിലിന് ചൈനയുടെ മനസ്സ് നല്കുന്ന പ്രാധാന്യത്തിന്റെ തെളിവാണ്. ചൈനയുടെ ചരിത്രമാണീ മതിൽ പൊക്കം. മതിലിനെ താഴെ നിന്ന് ഒരാകാശകാഴ്ചയായി നോക്കിക്കണ്ടതിനുശേഷമാണ് ഞങ്ങൾ മുകളിലെത്തിയത്. ജീവിതത്തിലെ ഒരിക്കലും മറക്കാനാവാത്ത ഉയരത്തിൽ ഞാൻ! സ്വപ്നമോ യാഥാർത്ഥ്യമോ എന്നു തിരിച്ചറിയാനാവാത്ത അനുഭവം. കുട്ടിക്കാലത്ത് പാഠപുസ്തകത്തിൽ വായിച്ച മതിൽക്കെട്ടിനു മുകളിലൂടെ സഖാക്കൾക്കൊപ്പം നടക്കുമ്പോൾ ഒരു ദൂരക്കാഴ്ച പോലെ ചൈനയുടെ ഭൂപ്രകൃതി മുന്നിൽ തെളിഞ്ഞു വന്നു. മതിലിന്റെ പല ഭാഗങ്ങളും നഗ്നനേത്രത്താൽ കാണാനാവില്ല. ദൂരക്കാഴ്ചയിൽ മതിൽ ഒരു പെരുമ്പാമ്പിന്റെ ഉടലിനെ ഓർമ്മിപ്പിച്ചു. മതിലിനു പുറത്തുകൂടെ നടക്കുമ്പോൾ തോന്നി, ഒരു നടപ്പാതയായും വൻമതിലിനെ ഉപയോഗിക്കാമല്ലോ എന്ന്! ആദ്യത്തെ ചന്ദ്രയാത്രികർ ചന്ദ്രനിൽനിന്നും നോക്കി കണ്ട ആദ്യത്തെ മനുഷ്യനിർമ്മിത വസ്തു എന്ന വിശേഷണം വൻമതിലിനുള്ളതാണ്. ലോകത്തെ ഏഴ് അത്ഭുതങ്ങളിൽ തന്നെ അത്ഭുതകരമായ നിർമ്മിതി വൻമതിലിന്റേതാണ്. താജ്മഹൽ ശില്പമാതൃകയുടെയും കലാവൈഭവത്തിന്റെയും സാക്ഷ്യമാണെങ്കിൽ വൻമതിൽ മനുഷ്യാദ്ധ്വാനത്തിന്റെ നിദർശനമാണ്. നൂറ്റാണ്ടുകൾകൊണ്ട്, പല ചക്രവർത്തിമാരാൽ കാലങ്ങളായി നിർമ്മിക്കപ്പെട്ട വൻമതിലിന്റെ ചരിത്രം ആദരവോടെയും കണ്ണീരോടെയുമേ

ഓർത്തെടുക്കാനാവൂ. ഏറ്റവും കുറഞ്ഞത് പത്ത് ലക്ഷത്തോളം ചീന ക്കാർ വൻമതിലിന്റെ പണിയിൽ മരിച്ചിട്ടുണ്ട് എന്നാണ് കണക്ക്. മനു ഷാദ്ധ്വാനത്തിന്റെ മാത്രമല്ല, മനുഷ്യന്റെ കണ്ണീരിന്റെയുംകൂടി ഓർമ്മകൾ പേറുന്നുണ്ട് ഈ ചരിത്ര സ്മാരകം.

വൻമതിലിന്റെ ചരിത്രം

> ഇത്രയേറെ മനുഷ്യപ്രയത്നം ഉപയോഗപ്പെടുത്തിയ മറ്റൊരു ചരിത്ര സ്മാരകം ലോകത്തെവിടെയെങ്കിലും ഉണ്ടെന്ന് തോന്നു ന്നില്ല. നിരവധി തലമുറകളുടെ മനുഷ്യവിഭവശേഷിയാണ് ഇതിന്റെ നിർമ്മാണത്തിന് ഉപയോഗപ്പെടുത്തിയിട്ടുള്ളത്. ചരിത്ര ത്തിന് സാക്ഷിയായി ഇന്നും നിലനില്ക്കുന്ന വൻമതിൽ പോലെ മറ്റൊരു മതിൽ നാളെയും ഉണ്ടാവുക പ്രയാസമാണ്. ഇത് ചൈനീസ് ജനതയുടെ അദ്ധ്വാനത്തിന്റെ പ്രതീകമാണ്.

എച്ച് ജി വെൽസ് എന്ന ചരിത്രകാരൻ വൻമതിലിനെപ്പറ്റി കുറിച്ച വരികളാണിത്. ചൈനയുടെ ചരിത്രവും വർത്തമാനവും വൻമതിലിന്റെ ചരിത്രവർത്തമാനങ്ങളുമായി കലങ്ങിക്കിടക്കുന്നു. വൻമതിലിന്റെ ചരിത്രം ചീനയുടെ ചരിത്രമാണ്. വൻമതിലിന്റെ വർത്തമാനവും ചൈനയുടെ വർത്തമാന-ഭാവി കാലങ്ങളിലേക്ക് വാതിൽ തുറക്കുന്നു.

'പതിനായിരം ലി മതിൽ' എന്നാണ് ചൈനയിൽ വൻമതിൽ അറിയപ്പെടുന്നത്. 12000 ലീ (ആറായിരം കിലോ ലിറ്റർ) ദൈർഘ്യമുണ്ട് വൻമതിലിന്. കൃത്യമായി പറഞ്ഞാൽ വൻമതിലിന്റെ കല്ലും മണ്ണും ഇഷ്ടികയും കൊണ്ടു പണിത ഭാഗം 6295.6 കിലോമീറ്റർ ദൈർഘ്യത്തിലുള്ളതാണ്. രണ്ടായിരത്തോളം വർഷമാണ് വൻമതിലിന്റെ നിർമ്മിതിക്കായി ചെലവാക്കിയത്. ഉത്തരചൈനയുടെ പടിഞ്ഞാറുള്ള ഗാൻസു പ്രവിശ്യയിലെ ജിയാ യു യുവൻ പാസിൽനിന്നു തുടങ്ങി ബൊഹായ് ഉൾക്കടലിനെ തൊട്ടുനില്ക്കുന്ന ഷാൻഹായ് ഗുവൻ നഗരത്തിൽ വൻമതിൽ അവസാനിക്കുന്നു. അഞ്ച് ചൈനീസ് പ്രവിശ്യകളും നിംക്സിവ, ഇന്നർ മംഗോളിയ എന്നീ സ്വയംഭരണ പ്രദേശങ്ങളും കടന്നാണ് വൻമതിൽ പൂർത്തിയാകുന്നത്.

ബി സി അഞ്ചാം നൂറ്റാണ്ടിലാണ് വൻമതിലിന്റെ നിർമ്മാണം തുടങ്ങിയതെന്ന് ചരിത്രം പറയുന്നു. വടക്കൻചൈന ചെറുനാട്ടുരാജ്യങ്ങളായി അക്കാലത്ത് വിഭജിക്കപ്പെട്ടിരുന്നതിനാൽ സുരക്ഷയ്ക്കായി നാട്ടുരാജ്യങ്ങൾ ഓരോന്നും അതിരുകളിൽ മതിലുണ്ടാക്കി പ്രതിരോധം തീർത്തിരുന്നു. ചൈനയുടെ വടക്കൻ അതിർത്തിക്കപ്പുറത്ത് അക്കാലത്ത് ശക്തിയാർജ്ജിച്ചിരുന്നത് മംഗോളിയൻ-മഞ്ചൂരിയൻ ഗോത്രങ്ങളായിരുന്നു. യുദ്ധപ്രിയരായ ഇവരുടെ ആക്രമണത്തിൽനിന്ന് പ്രദേശങ്ങളെ സംരക്ഷിക്കുക എന്നതായിരുന്നു അക്കാലത്ത് വൻമതിൽ നിർമ്മാണത്തിന് പ്രേരിപ്പിച്ച ഘടകം.

ബി സി 214 ൽ ഖിൻഷി ഹുവാങ് ചക്രവർത്തി നാട്ടുരാജ്യങ്ങളെ

ഏകീകരിച്ചപ്പോൾ ചിതറിക്കിടന്നിരുന്ന മതിലുകളെയെല്ലാം കൂട്ടിയിണക്കി ഒറ്റ മതിലാക്കി പുനർനിർമ്മിച്ചു. ഖിൻഷി ഹുവാങ്ങിന്റെ സൈന്യാധിപ നായിരുന്ന യെംഗ്ടിയാനായിരുന്നു മതിലുകൾ കൂട്ടിച്ചേർത്ത് പ്രതി രോധകോട്ട നിർമ്മിക്കാൻ നിയുക്തനാക്കപ്പെട്ടത്. വർഷങ്ങൾക്കുള്ളിൽ ഉത്തര ചൈനയുടെ വടക്കേ അറ്റത്ത് അതിഭീമാകാരമായ കോട്ട ഉയർന്നു. രാജവംശങ്ങൾ മാറി മാറി അധികാരത്തിൽ വന്നെങ്കിലും വൻമതിലിന്റെ നിർമ്മാണം തുടരുന്നതിൽ എല്ലാവരും ശ്രദ്ധ ചെലുത്തി. അകലെയുള്ള കുന്നുകളും മലകളുമിടിച്ചാണ് കല്ലുകൾ തലച്ചുമടായി നിർമ്മാണ

സ്ഥലത്ത് കൊണ്ടുവന്നത്. നിർമ്മാണത്തിനായി പതിനായിരക്കണക്കിന് അടിമകളെ ലോകത്തിന്റെ പല ഭാഗങ്ങളിൽ നിന്നായി ചൈനയിലെ ത്തിച്ചു. തടവുകാരുടെയും സേവനം ഉപയോഗിച്ചു. ലക്ഷക്കണക്കിനു തൊഴിലാളികളുടെ നൂറ്റാണ്ടുകൾ നീളുന്ന അദ്ധ്വാനമാണ് വൻമതിൽ എന്നുപറഞ്ഞാലത് അതിശയോക്തിയാവില്ല. നിർമ്മാണപ്രവർത്തന ങ്ങൾക്കിടയിൽ കൊല്ലപ്പെടുകയോ മരണപ്പെടുകയോ ചെയ്ത അടിമക ളുടെ മൃതശരീരം കല്ലുകൾക്കിടയിൽ നിറച്ച് നിർമ്മാണം തുടരുകയായി രുന്നത്രേ. അനേകലക്ഷം മനുഷ്യരുടെ രക്തം കൂടിയാകണം വൻമതിൽ. പൂർണ്ണമായും വൻമതിലിന്റെ നിർമ്മാണം പൂർത്തിയാകുന്നത് 14-ാം നൂറ്റാ ണ്ടിനും 17-ാം നൂറ്റാണ്ടിനുമിടയിൽ ഭരണം നടത്തിയ വിങ് വംശജരാ ണ്. ചിലയിടങ്ങളിൽ മതിലിനു പകരം കിടങ്ങുകളാണുള്ളത്. മറ്റു ചില യിടങ്ങളിൽ പ്രകൃതിദത്തമായ മലകളെയും നദികളെയും മതിലിലേക്ക്

കോർത്തിണക്കിയിട്ടുണ്ട്. എല്ലാ ശാഖകളോടും കൂടി അളക്കുമ്പോൾ മതിലിന്റെ പൂർണ്ണമായ നീളം 5851.8 കിലോമീറ്ററാണ്. അങ്ങനെയാകുമ്പോൾ വൻമതിലിന്റെ പൂർണ്ണമായ നീളം സങ്കല്പത്തിനും അതീതമാകുന്നു.

ആദ്യകാലത്ത് മതിൽ നിർമ്മാണത്തിനുപയോഗിച്ചത് കുഴച്ച കളിമണ്ണായിരുന്നു. മുകൾ പാളിയിൽനിന്നും നാലടി ആഴത്തിലായിരുന്നു മണ്ണ് ശേഖരിച്ചിരുന്നത്. അത് മണൽ ചേർത്ത് മരച്ചട്ടക്കൂട്ടിൽ വച്ച് നാലിഞ്ച് കനത്തിൽ തല്ലിപ്പതിപ്പിച്ചാണ് മതിലുയർത്തിയത്. ചുട്ട ഇഷ്ടിക വന്നെത്തിയശേഷം അതും വൻമതിലിന്റെ നിർമ്മാണത്തിനുപയോഗിച്ചു.

ശത്രുക്കളിൽനിന്നും സ്വദേശത്തെ പ്രതിരോധിക്കാനായിരുന്നു ചൈനീസ് ചക്രവർത്തിമാർ വൻമതിൽ നിർമ്മിച്ചത്. പക്ഷേ, 1644 ൽ ഫ്രഞ്ചുപട വൻമതിൽ മുറിച്ച് കടന്ന് ചൈനയെ കീഴടക്കിയതോടെയാണ് വൻമതിലിന്റെ യുദ്ധപ്രാധാന്യം അവസാനിച്ചത്. ഇന്നു ലോകമെമ്പാടുമുള്ള സന്ദർശകർ വൻമതിൽ സന്ദർശിക്കുന്നത് മനുഷ്യാദ്ധ്വാനത്തിന്റെ മഹാചരിത്രം എന്ന നിലയ്ക്കാണ്. രാജവാഴ്ച കാലത്ത് വൻമതിലിനുണ്ടായിരുന്ന പ്രതിരോധ പ്രാധാന്യം ഇന്ന് പൂർണ്ണമായും നഷ്ടമായി കഴിഞ്ഞു.

ബെയ്ജിങ്ങിൽനിന്ന് 84 കി മീ ദൂരമുള്ള ബാസലിങ്ങിലാണ് വൻമതിൽ ഏറ്റവും കാര്യമായി സംരക്ഷിച്ചിട്ടുള്ളത്. ഞങ്ങളവിടം സന്ദർശിക്കുമ്പോൾ വിദേശീയരും സ്വദേശീയരുമായ അനേകം പേർ വൻമതിൽ 'കീഴടക്കാൻ' കാത്തുനില്ക്കുന്നുണ്ടായിരുന്നു. ബാസലിങ്ങിലെ വൻമതിലിനു മുകളിലൂടെ പത്തോളം പേർക്ക് നിരനിരയായി നടന്നുപോകാം. വൻമതിലിലൂടെ ഞങ്ങൾ സൂക്ഷ്മതയോടെ നടന്നു. ഇടയിൽ ആഹാരവും, സ്മാരകവസ്തുക്കളും വില്ക്കാൻ വച്ചിട്ടുണ്ട്.

വൻമതിൽ പിളർത്തിയ കണ്ണുനീർത്തുള്ളി

മടങ്ങിവരവിൽ ദ്വിഭാഷി വൻമതിലിന്റെ നിർമ്മാണവുമായി ബന്ധ

പ്പെട്ട് പ്രചരിക്കുന്ന വൈകാരികമായ കഥ പറഞ്ഞു തന്നു. ചൈനീസ് നാടോടി കഥ എന്ന നിലയിൽ ലോകമെമ്പാടും പ്രചാരത്തിലുള്ള ഈ കഥ യഥാർത്ഥത്തിൽ നടന്നതാണെന്ന് വിശ്വസിക്കുന്നവരും ചൈനയിൽ കുറവല്ലത്രേ.

ഖിൻഷി ഹുവാങ് ചക്രവർത്തി വൻമതിൽ നിർമ്മാണത്തിനായി ലോകമെമ്പാടുനിന്നും അടിമകളെ ചൈനയിലേക്ക് ഇറക്കുമതി ചെയ്തിരുന്നു. അവരിലൊരാളായിരുന്നു യെങ് ജിയാങ് ഹ്യൂവിന്റെ ഭർത്താവ്. (ഇദ്ദേഹം കവിയായിരുന്നുവെന്നും പറയപ്പെടുന്നു) വീട്ടിൽനിന്നും രാജകിങ്കരന്മാർ വലിച്ചിഴച്ച് തന്റെ പ്രാണപ്രിയനെ കൊണ്ടുപോകുന്നത് നോക്കി നില്ക്കാനെ യെങ്ങിന് കഴിഞ്ഞുള്ളൂ. അവൾ അയാൾക്കായി കാത്തിരുന്നു. വർഷങ്ങൾ കഴിഞ്ഞു. കാത്തിരിപ്പവസാനിച്ച് അവൾ നഗരങ്ങളും ഗ്രാമങ്ങളും കടന്ന് അയാളെ തേടിയിറങ്ങി.

വൻമതിലിന്റെ നിർമ്മാണം നടന്നിരുന്ന പ്രദേശങ്ങളിലെല്ലാം അവൾ അലഞ്ഞുതിരിഞ്ഞു. ഒരിടത്തും തന്റെ പ്രിയനെ കാണാനാവാതെ ദുഃഖിതയായ അവൾ വൻമതിലിന്റെ കിഴക്ക് ഷാങ്ഹായ് ഗുവൻ പാസിലെത്തി. കണ്ണീരിനാൽ തളർന്നുവീണ അവൾക്കരികിലേക്ക് വന്ന മതിൽപണിക്കാർ നിസ്സംഗതയോടെ അവളുടെ ഭർത്താവ് മതിൽ നിർമ്മാണത്തിനിടയിൽ മരണപ്പെട്ടവിവരം അറിയിച്ചു. അവർക്കയാൾ ദിവസവും മരിച്ചു വീഴുന്ന ആയിരങ്ങളിൽ ഒരാൾ മാത്രമായിരുന്നു. അവൾ കണ്ണു തുടച്ചു. എത്ര അടക്കി നിർത്താൻ ശ്രമിച്ചിട്ടും ഒരു തുള്ളി കണ്ണീർ മതിൽക്കെട്ടിൽ വീണു. മതിൽ കെട്ട് നനഞ്ഞു കുതിർന്ന്, അവൾ നോക്കി നില്ക്കെ അത് രണ്ടായി പിളർന്നു. അവളുടെ കണ്ണീരു വീണു പിളർന്ന വിടവിൽ യെങ് തന്റെ പ്രിയനായകന്റെ ശരീരാവശിഷ്ടങ്ങൾ കണ്ടെത്തുന്നു. സ്വബോധം നഷ്ടപ്പെട്ട യെങ് അലറിക്കരഞ്ഞുകൊണ്ട് ബോഹായ് കടലിലേക്ക് ചാടിമറഞ്ഞു. മറ്റു ജോലിക്കാർ നോക്കിനില്ക്കേ കടലിന്റെ നടുക്ക് നിന്ന് ഒരു പാറക്കെട്ട് ഉയർന്നു വന്നു. അതിന്റെ തുഞ്ചത്ത് വർഷങ്ങളായി തന്റെ ഭർത്താവിനെ കാത്തിരുന്ന് മടുത്ത്, ഒടുവിലയാളുടെ മൃതദേഹം കണ്ടുകിട്ടേണ്ടി വന്ന യെങ് ജിയാങ് ഹ്യൂവിന്റെ പേരു കൊത്തിയിരുന്നു. കഥ പറഞ്ഞു തീർന്ന് ദ്വിഭാഷി പുഞ്ചിരിച്ചു.

ഞാൻ തിരിഞ്ഞുനിന്ന് കൺമുന്നിൽ തലയുയർത്തി നില്ക്കുന്ന വൻമതിൽ പൊക്കത്തിലേക്ക് നോക്കി. പിന്നെ നിശ്ശബ്ദമായി കുന്നിറങ്ങി.

ഓർമ്മകൾ മൈതാനം മുറിച്ചു കടക്കുകയാണ്.............

ബെയ്ജിങിന്റെ ഹൃദയഭാഗമാണ് ടിയാൻമെൻസ്ക്വയർ എന്നു പറഞ്ഞാൽ അതിശയോക്തിയാവില്ല. ലോകത്തെ സാധാരണ ജനങ്ങൾക്ക് ചൈനയെന്നാൽ എക്കാലവും വൻമതിലും ടിയാൻമെൻ സ്ക്വയറുമായിരുന്നു. അത്രത്തോളം പ്രശസ്തമായ ഒരിടത്തേക്കാണിന്നത്തെ യാത്ര. പ്രശസ്തം മാത്രമല്ല, ഏറെ വ്യാഖ്യാനിക്കപ്പെട്ട കലാപത്തിന്റെ പേരിൽ വിവാദസ്ഥലം കൂടിയാണ് ചത്വരം.

ടിയാൻമെൻ സ്ക്വയർ എന്നാൽ 1989 ലെ വിദ്യാർത്ഥി കലാപത്തിന്റെ രക്തസാക്ഷിമണ്ഡപം എന്ന മട്ടിലാണ് ബൂർഷ്വാ മാധ്യമങ്ങൾ ചിത്രീകരിക്കുന്നത്. ലോകത്തെ നല്ലൊരു പങ്ക് ജനങ്ങൾക്കിടയിലും ഈയൊരു കാഴ്ചപ്പാട് ടിയാൻമെൻ ചത്വരത്തെക്കുറിച്ച് സൃഷ്ടിക്കുന്നതിൽ മാധ്യമങ്ങൾ വിജയിച്ചിട്ടുമുണ്ട്. 1989 ലെ കലാപം ചൈനക്കാരെ സംബന്ധിച്ചിടത്തോളം ഒരു ഓർമ്മ പോലുമല്ലെന്ന് സംഭാഷണത്തിനിടയിൽ ഞാൻ മനസ്സിലാക്കി. ആഗോള സമൂഹമാണ് ടിയാൻമെന്നിലെ വിദ്യാർത്ഥി വേട്ടയുടെയും അടിച്ചമർത്തലിന്റെയും ഇടമായി കാണുന്നത്. എന്നാൽ, ചൈനയ്ക്ക് ടിയാൻമെൻ 1989 ലെ കലാപത്തോട് മാത്രം കൂട്ടിവയ്ക്കാനാവുന്ന ഒരു ഇടമല്ല. സോഷ്യലിസ്റ്റ് ജനാധിപത്യം നടപ്പിലാക്കാൻ വിപ്ലവാനന്തര ഭരണകൂടങ്ങൾ ശ്രമിച്ചപ്പോൾ ചെറിയ പിഴവുകൾ വന്നത് സ്വഭാവികമാണെന്ന് ചിന്തിക്കുന്നെങ്കിലും ചൈനയിലെ ജനതയൊരിക്കലും 1989 ലെ കലാപത്തെ പിന്തുണയ്ക്കുന്നില്ല. കലാപത്തിനു പിന്നിൽ വൈദേശിക ഇടപെടലുണ്ടായിരുന്നു എന്നു തന്നെയാണ് അവരിപ്പോഴും വിശ്വസിക്കുന്നത്. ഗൈഡ് ടിയാൻമെന്നിനെ പറ്റി പറഞ്ഞതിൽ നിന്നും മാത്രം മനസ്സിലാക്കിയതല്ല ഇത്. ടിയാൻമെൻ സന്ദർശനത്തിനിടയിൽ ബോധപൂർവ്വം തന്നെ ഞാൻ പലപ്രായത്തിലുള്ള തദ്ദേശീയരായ ചീനക്കാരോട് സൗഹൃദം സ്ഥാപിക്കുകയും ടിയാൻമെന്നിലെ കലാപത്തെക്കുറിച്ചുള്ള

അവരുടെ അഭിപ്രായം ആരായുകയും ചെയ്തു. പുതുതലമുറയിലെ കുട്ടികൾ കലാപത്തെപ്പറ്റി കേട്ടിട്ടുകൂടിയില്ല. കമ്യൂണിസ്റ്റ് ചൈനയെ വളഞ്ഞിട്ടാക്രമിക്കാനുള്ള ആഗോള മാധ്യമ സിൻഡിക്കേറ്റുകളുടെ ആസൂത്രിതമായ ഇടപെടൽ 1989 ലെ സംഭവം ദുർവ്യാഖ്യാനം ചെയ്ത നടപടിയുടെ പിന്നിൽ പ്രവർത്തിച്ചിട്ടുണ്ട് എന്നു വേണം മനസ്സിലാക്കാൻ.

ടിയാൻമെൻ ലോകത്തിലെ ഏറ്റവും വലിയ പൊതു മൈതാനമാണ്. മൈതാനത്തിന്റെ എല്ലാ ഭാഗവും നടന്നാസ്വദിക്കണമെന്ന് തീരുമാനിച്ചാണ് ഞാൻ യാത്ര പുറപ്പെട്ടതെങ്കിലും നേരിട്ട് മൈതാനം കണ്ടപ്പോൾ നടന്ന് മൈതാനം ആസ്വദിക്കുക അപ്രായോഗികമാണെന്ന് ബോദ്ധ്യമായി. 44,0000 ചതുരശ്ര മീറ്ററാണ് മൈതാനത്തിന്റെ വിസ്തീർണ്ണം!

മൈതാനത്തിൽ എണ്ണിത്തീർക്കാനാവാത്ത ജനസമൂഹം. വിദേശികളെക്കാൾ ചൈനക്കാർ തന്നെയാണ് ടിയാൻമെൻ കൂടുതലായി സന്ദർ

ശിക്കുന്നതെന്നത് എനിക്ക് അത്ഭുതമായി തോന്നി. കാരണം തിരക്കിയപ്പോൾ ഗൈഡ് ടിയാൻമെൻ സ്ക്വയറിന് ചൈനയുടെ മനസ്സിലുള്ള സ്ഥാനമെന്തെന്ന് വ്യക്തമാക്കി. ചരിത്രവും വിപ്ലവവും ടിയാൻമെന്നിൽ ഇടകലരുന്നു. വിപ്ലവത്തിന്റെ സൂര്യനുദിച്ച ഇതേ മൈതാനി തന്നെ കാലങ്ങൾക്കു മുൻപ് എത്രയെത്ര പടയോട്ടങ്ങൾക്കും സാക്ഷ്യംവഹിച്ചു!

മൈതാനത്തിന്റെ വടക്കേ അറ്റത്ത് സ്ഥിതിചെയ്യുന്ന ലോകപ്രശസ്തമായ 'വിലക്കപ്പെട്ട നഗര'ത്തിന്റെ കവാടത്തിന്റെ പേരു തന്നെയാണ് മൈതാനത്തിനും കിട്ടിയിരിക്കുന്നത്. ടിയാൻമെൻ കവാടം കടന്നു വേണം നൂറ്റാണ്ടുകളായി ചൈന ഭരിച്ചിരുന്ന രാജാക്കന്മാരുടെ അതിമനോഹരമായ രാജക്കൊട്ടാരം സന്ദർശിക്കാൻ. വിശാലമായ കൊട്ടാരം സ്വർഗ്ഗത്തി

നുതുല്യമാണെന്നാണ് ചൈനീസ് വിശ്വാസം.

ചൈനയുടെ ചരിത്രത്തിൽ തെളിഞ്ഞും മങ്ങിയും ടിയാൻമെൻ ചത്വ രമുണ്ട്. 1417 ൽ ലിങ് രാജവംശത്തിന്റെ കാലത്താണ് ടിയാൻമെൻ കവാടം രൂപംകൊണ്ടത്. ആദ്യ കാലത്ത് ഇതിന്റെ പേര് ചെൻങ് ടിയാൻമെൻ എന്നായിരുന്നു. ഇതിന്റെ അർത്ഥം സ്വർഗ്ഗത്തിലേക്കുള്ള കവാടം എന്നായിരുന്നു. പിന്നീടാണ് 'സ്വർഗ്ഗീയശാന്തിയുടെ കവാടം' എന്നർത്ഥം വരുന്ന ടിയാൻമെൻ സ്ക്വയർ എന്ന് മൈതാനത്തിന് പേരു നല്കിയത്. 1417 ൽ ടിയാൻമെൻ കവാടം നിർമ്മിച്ചെങ്കിലും 1651 ലാണ് മൈതാനത്തിന്റെ നിർമ്മാണം നടന്നത്. ടിയാൻമെൻ സ്ക്വയർ എന്ന് നാമകരണം ചെയ്തതും 1651 ലാണ്. മൈതാനത്തിന്റെ നിർമ്മാണത്തിനൊപ്പം 1651 ൽ തന്നെ ക്വിങ് രാജവംശം പലകാലങ്ങളായി അവഗണിക്കപ്പെട്ടും പ്രകൃതിദുരന്തങ്ങളാൽ നാശോന്മുഖമായും കിടന്ന കവാടം പുനർനിർമ്മിക്കുകയും ചെയ്തു.

അനവധി ചരിത്ര സംഭവങ്ങൾ ടിയാൻമെൻ സ്ക്വയറിൽ അരങ്ങേറിയിട്ടുണ്ട്. മിങ്, ക്വിങ് രാജവംശങ്ങളാണ് ടിയാൻമെന്റെ കവാടത്തിന്റെയും മൈതാനത്തിന്റെയും നിർമ്മിതിക്ക് ചുക്കാൻ പിടിച്ചതെന്ന് മുമ്പ് പരാമർശിച്ചിരുന്നല്ലോ. ഈ രാജവംശങ്ങളിലെ ചക്രവർത്തിമാർ പടയ്ക്കു പുറപ്പെടുന്നതിനുമുമ്പ് സ്വർഗ്ഗീയശാന്തിയുടെ കവാടത്തിനുമുന്നിൽ ഹോമയജ്ഞം നടത്തിയിരുന്നു. ചക്രവർത്തിയുടെ കല്പനകൾ പരസ്യപ്പെടുത്തുന്ന ചടങ്ങുകളും ഗേറ്റ് ടവറിനു മുന്നിലായിരുന്നു നടന്നിരുന്നത്. ചക്രവർത്തി

യുടെ ശക്തിയുടെയും അധികാരത്തിന്റെയും പ്രതീകമായിട്ടാണ് അക്കാലത്ത് ടിയാൻമെൻ സ്ക്വയറും കവാടവും മനസ്സിലാക്കപ്പെട്ടിരുന്നത്.

1960 ൽ ബ്രിട്ടീഷ് - ഫ്രഞ്ച്പട ബെയ്ജിങ് ആക്രമിക്കാൻ ഈ മൈതാനത്തിലാണ് തമ്പടിച്ചത്. 'വിലക്കപ്പെട്ട നഗരം' അഗ്നിക്കിരയാക്കാൻ തീരുമാനിച്ച സൈന്യം പിന്നീട് തീരുമാനം മാറ്റുകയായിരുന്നത്രേ. ഒടുക്കം ചക്രവർത്തിയുടെ വേനൽക്കാല കൊട്ടാരം കത്തിച്ച ശേഷമാണ് അവർ മടങ്ങിയത്. അന്നവർ വിലക്കപ്പെട്ട നഗരത്തിനു തീയിട്ടിരുന്നെങ്കിൽ അത് ചൈനീസ് സംസ്കാരത്തോട് ചെയ്യുന്ന ഏറ്റവും വലിയ പാതകമായിരുന്നേനെ. ഒരുപക്ഷേ, ചൈനീസ് ജനതയ്ക്ക് അതൊരിക്കലും പൊറുക്കാനും ആകുമായിരുന്നില്ല.

വിദേശാധിപത്യത്തിനെതിരെ ഉയിർപ്പിന്റെ കാഹളം മുഴക്കിയ ബോക്സർ വിപ്ലവത്തിലും ടിയാൻമെൻ ചത്വരം പങ്കുവഹിച്ചു. വിപ്ലവത്തെ തകർത്ത പാശ്ചാത്യ രാജ്യങ്ങളുടെ ഐക്യസേന താവളമായി ഉപയോഗിച്ചത് ടിയാൻമെൻ മൈതാനമായിരുന്നു.

കമ്യൂണിസ്റ്റ് വിപ്ലവത്തിന്റെ ബീജാവാപമായി കരുതി പോകുന്ന 'ഒത്തുകൂടൽ' പ്രസ്ഥാനത്തിന്റെ പിറവിയും ഈ മൈതാനത്തിലായിരുന്നു. 1919 മെയ് 4 ന് വിദ്യാർത്ഥികൾ മൈതാനത്ത് നടത്തിയ പൊതുയോഗവും പ്രതിഷേധവുമാണ് 'ഒത്തുചേരൽ' പ്രസ്ഥാനത്തിന് പിറവിയായത്. ചൈനീസ് വിപ്ലവത്തിന്റെ തുടക്കം ഇവിടെയായിരുന്നുവെന്ന് സാരം.

ജനകീയ വിപ്ലവാനന്തരം ടിയാൻമെൻ ഗേറ്റിന്റെ മേൽവരാന്തയിൽ നിന്നുകൊണ്ടാണ് മാവോ 1949 ഒക്ടോബർ 1 ന് 'പീപ്പിൾസ് റിപ്പബ്ലിക്ക് ഓഫ് ചൈന'യുടെ ജനനം പ്രഖ്യാപിച്ചത്. പ്രഖ്യാപനത്തിനുശേഷം അദ്ദേഹം പ്രതീകാത്മകമായി ചൈനീസ് ജനതയ്ക്കുമുന്നിൽ വിലക്കപ്പെട്ട നഗരത്തിന്റെ കവാടം തുറന്നുകൊടുത്തു. പിന്നീട് മരണംവരെ മാവോ, സ്ക്വയറിനോട് അടുത്ത ബന്ധം പുലർത്തി പോന്നു. ലോകത്തിലെ തന്നെ ഏറ്റവും ആധുനികമായ മൈതാനമായി ടിയാൻമെന്നിനെ പുനർനിർമ്മിക്കാൻ തീരുമാനിച്ച മാവോ സാങ്കേതിക-രാഷ്ട്രീയ വിദഗ്ദ്ധ

രുടെ ഒരു കമ്മീഷനെ മൈതാനത്തിന്റെ നവീകരണാർത്ഥം രൂപീകരിക്കുകയുണ്ടായി. മാവോയുടെ നേതൃത്വത്തിലാണ് അഞ്ചുലക്ഷം പേരെ ഉൾക്കൊള്ളും വിധം ടിയാൻമെൻ വിശാലമാക്കിയത്. സാംസ്കാരിക വിപ്ലവത്തിന്റെ ഭാഗമായി ടിയാൻമെന്നിൽ നടന്ന റെഡ് ഗാർഡുകളുടെ റാലിയിൽ പത്തുലക്ഷത്തോളം വരുന്ന ജനക്കൂട്ടത്തെ അഭിസംബോധന ചെയ്ത് അദ്ദേഹം നടത്തിയ പ്രസംഗം ചരിത്ര പ്രസിദ്ധമാണ്. ടിയാൻമെന്നിൽ തന്നെയാണ് 1970 ൽ മാവോ അന്തരിച്ചപ്പോൾ മൃതദേഹം പൊതുദർശനത്തിനു വച്ചത്.

1976 ജനുവരിയിൽ പ്രധാനമന്ത്രി ഷൗ എൻ ലായ്‌യുടെ മരണത്തിന്റെ പിറ്റേദിവസം അദ്ദേഹത്തിന്റെ ആരാധകർ ടിയാൻമെന്നിൽ നടത്തിയ പ്രതിഷേധപ്രകടനവും ചൈനീസ് ചരിത്രത്തിന്റെ ഭാഗമാണ്. ചൈനയിൽ ഭരണകൂടത്തിൻ മേൽ ഇടക്കാലത്ത് ആദിപത്യം സ്ഥാപിച്ച നാലാൾകൂട്ടം (Gang of Four) ഷൗ എൻ ലായ്‌യുടെ മരണാനന്തര ചടങ്ങുകൾ വെട്ടിച്ചുരുക്കിയതായിരുന്നു ജനങ്ങളെ പ്രകോപിപ്പിച്ചത്. ഏറ്റവും ഒടുവിലായി നടന്ന സംഭവമാണ് 1989 ലെ വിദ്യാർത്ഥി കലാപം. ചൈനയുടെ ഓർമ്മകളിൽ ടിയാൻമെൻ സ്ക്വയറിന്റെ പ്രാധാന്യം വിദ്യാർത്ഥി കലാപവുമായി ബന്ധപ്പെട്ടതല്ലെന്ന് നേരത്തെ സൂചിപ്പിച്ചുകഴിഞ്ഞല്ലോ. വിദ്യാർത്ഥികൾ പാശ്ചാത്യ ശക്തികൾക്ക് ഇരയാക്കപ്പെട്ട് കലാപത്തിന് മുതിർന്നതാണെന്ന് തന്നെ ചൈനയിലെ ബഹുഭൂരിപക്ഷവും ഇന്നും കരുതുന്നു.

ചരിത്രത്തിൽനിന്ന് വർത്തമാനത്തിലേക്കുവരച്ച മാവോയുടെ ഒരു വൻചിത്രം ടിയാൻമെൻ ഗേറ്റിൽ പതിപ്പിച്ചിട്ടുണ്ട്. നൂറ്റമ്പതോളം കിലോ തൂക്കം വരുന്ന ചിത്രം മാത്രമല്ല, മൈതാനത്തിന്റെ പല ഭാഗത്തും മാവോയുടെ സാന്നിദ്ധ്യമുണ്ട്. 1976 ൽ പണിത മാവോ മുസോളിയം ഇതിൽ പ്രധാനപ്പെട്ടതാണ്. (മാവോയുടെ മൃതദേഹം സൂക്ഷിച്ചിരിക്കുന്ന മുസോളിയം സന്ദർശനത്തെപ്പറ്റി മറ്റൊരദ്ധ്യായത്തിൽ വിവരിക്കുന്നുണ്ട്).

സ്ക്വയറിന്റെ അടുത്ത് വിപ്ലവസേനാനികളുടെ സ്മാരകസ്തൂപമുണ്ട്. കരിങ്കല്ലിൽ തീർത്ത സ്തൂപത്തിന്റെ നീളം മുപ്പത്തിയെട്ട് മീറ്ററാണ്. സ്മാരകത്തിന്റെ മുൻവശത്ത് മാവോ സ്വന്തം കൈപ്പടയിൽ ഇങ്ങനെ എഴുതിയിരിക്കുന്നു:

"ജനങ്ങൾ ആദരിക്കുന്ന വീരനേതാക്കൾ അമർത്യരാണ്." കഴിഞ്ഞ ഒരു നൂറ്റാണ്ടിനിടയിൽ ചൈന സാക്ഷ്യം വഹിച്ച വിപ്ലവപോരാട്ടങ്ങളുടെ ചിത്രീകരണവും സ്തൂപം നിലകൊള്ളുന്ന പീഠത്തിൽ കാണാം.

മൈതാനത്തിന്റെ പടിഞ്ഞാറുഭാഗത്ത് 'ദി ഗേറ്റ് ഹാൾ ഓഫ് ദി പീപ്പിൾ' സ്ഥിതി ചെയ്യുന്നു. ഇവിടെയാണ് നാഷണൽ പീപ്പിൾസ് കോൺഗ്രസ് സമ്മേളിക്കുന്നത്. തെക്കുഭാഗത്തായി നഗരത്തിന്റെ തെക്കു വടക്കേ ഭാഗങ്ങളെ തമ്മിൽ ബന്ധിപ്പിക്കുന്ന ഫ്രണ്ട് ഗേറ്റ് വി അൻവിൻ കാണാം.

മാവോയുടെ മുസോളിയത്തിലേക്കും 'ദി ഗേറ്റ് ഹാൾ ഓഫ് ദി പീപ്പിളി'ലേക്കും മാത്രമല്ല സഞ്ചാരികളുടെ ഒഴുക്ക്. 'വിലക്കപ്പെട്ട നഗരം', വില

ക്കുകളില്ലാത്ത അനുഭവങ്ങളുമായി സഞ്ചാരികളെ ആകർഷിക്കുന്നു.

മൈതാനത്തിൽ വൃദ്ധരെയും കുട്ടികളെയും കണ്ടു. യുവമിഥുനങ്ങൾ ആൾക്കൂട്ടത്തിലൂടെ വിരലുകൾ കോർത്ത് നടന്നകലുന്നു. വിദേശികൾ ചിത്രങ്ങൾ പകർത്താൻ മത്സരിക്കുന്നു. ഇതിനിടയിൽ വില്പനക്കാരെയും കളിപ്പാട്ട കച്ചവടക്കാരെയും കണ്ടു. നടന്നു തീർക്കാനാവാത്ത മൈതാനത്തിന്റെ ഒരറ്റത്തുനിന്ന് ഞാൻ അങ്ങേതലയ്ക്കലേക്ക് നോക്കി. കാഴ്ച അവ്യക്തം. മാവോ മുസോളിയവും വിലക്കപ്പെട്ട നഗരവും എന്നെ കാത്തിരിക്കുന്നു. ഞാൻ കാലുകളുടെ വേഗം കൂട്ടി.

ഇവിടെ നിൻ വാക്ക് ഉറങ്ങാതിരിക്കുന്നു

ടിയാൻമെൻ സ്ക്വയർ വഴിയാണ് മാവോ സെ തുങ്ങിന്റെ മൃതദേഹം കേടുകൂടാതെ സൂക്ഷിച്ചിരിക്കുന്ന മുസോളിയത്തിലേക്ക് എത്താനാവുക. ഞങ്ങൾ പ്രതിനിധി സംഘത്തിലെ എല്ലാവരും കാത്തിരുന്ന നിമിഷങ്ങളാണിനി. എന്റെ ശ്വാസത്തിന്റെ ഗതിവേഗം എനിക്കു തന്നെ പിടികിട്ടാനാവാത്ത വണ്ണം തീവ്രമായി. ഞാൻ നടക്കുന്നത് ഒരു രാഷ്ട്രത്തിന്റെ ചരിത്രത്തെ നേരിൽക്കാണാനാണ്. മരിച്ചിട്ട് പതിറ്റാണ്ടുകളായിട്ടും മാവോയെ സൂക്ഷിച്ചുവച്ചിരിക്കുകയാണ്. യാതൊരു കേടുപാടും സംഭവിക്കാതെ മാവോയല്ല ചൈനയുടെ വിപ്ലവ ചരിത്രം തന്നെയാണ് മുസോളിയത്തിനുള്ളിൽ ഞങ്ങളെ കാത്തിരിക്കുന്നതെന്ന് എനിക്ക് തോന്നി. ടിയാൻമെൻ കവാടം കടന്നാൽ വിശാലമായ മൈതാനമാണ്. മൈതാനത്തിന് അഭിമുഖമായി നില്ക്കുന്ന പടുകൂറ്റൻ കെട്ടിടങ്ങളിലൊന്ന് മാവോ സെ തുങിന്റെ മൃതദേഹം ഇപ്പോഴും സൂക്ഷിച്ചുവച്ചിരിക്കുന്ന മുസോളിയമാണ്. മറ്റൊരു ഭാഗത്ത് ചൈനീസ് സാമ്രാജ്യത്തെ നൂറ്റാണ്ടുകളായി ഭരിച്ച ചക്രവർത്തിമാരുടെ കൊട്ടാരം. വിപ്ലവത്തിന്റെ ശുക്രനക്ഷത്രവും ആധിപത്യത്തിന്റെ കൊട്ടാരമുഖവും തൊട്ടുനില്ക്കുന്നത് ചരിത്രത്തിന്റെ മഹാഫലിതങ്ങളിലൊന്നാകണം.

മുസോളിയത്തിനു മുന്നിൽ ഞങ്ങളെത്തുമ്പോൾ ചൈനയുടെ ഉരുക്കുമനുഷ്യനെ കാണാൻ നൂറുകണക്കിനാളുകളുടെ നീണ്ട ക്യൂ. ചൈനയുടെ വിവിധ ഭാഗങ്ങളിൽനിന്നും ആയിരക്കണക്കിനാളുകളാണ് തങ്ങളുടെ ചെയർമാനെ ഒരു നോക്കു കാണാനെത്തുന്നത്. ലോകത്തിന്റെ വിവിധ ഭാഗങ്ങളിൽനിന്ന് ചൈനയിലെത്തുന്ന ജനങ്ങളും പ്രഥമ പരിഗണന നല്കുന്ന സ്മാരകങ്ങളിലൊന്ന് മുസോളിയമാണെന്ന് ഗൈഡ് സൂചിപ്പിച്ചു. പ്രതിദിനം പതിനായിരത്തിലേറെ ആളുകളാണ് ചെയർമാന്റെ ശവകുടീരം സന്ദർശിക്കാനെത്തുന്നത്. ഇതിൽ വൃദ്ധരാണ് ഏറ്റവും

അധികം. മാവോയുടെ കാലത്ത് ജീവിച്ചിരുന്ന തലമുറയാണവരുടേത്. വർഷങ്ങൾക്കിപ്പുറവും അവർ തങ്ങളുടെ വിപ്ലവനായകനെ ആരാധനയോടെ ഓർക്കുന്നു. വാർദ്ധക്യത്തിന്റെ വിങ്ങലുകൾക്കുള്ളിലും വിപ്ലവത്തിന്റെ പൂക്കളുമേന്തി അവർ അച്ചടക്കത്തോടെ ക്യൂ നില്ക്കുന്നു.

രണ്ടുമൂന്ന് മണിക്കൂറുകൾ ക്യൂ നിന്നാലാണ് സാധാരണഗതിയിൽ നിമിഷനേരത്തേക്കെങ്കിലും മാവോയുടെ ശവകുടീരം കാണാനാവുക. സർക്കാർ അതിഥികളായതിനാൽ ഞങ്ങൾക്ക് പ്രത്യേക പരിഗണന ലഭിച്ചു. ക്യൂ നില്ക്കാതെ തന്നെ ഞങ്ങൾ അകത്തേക്കു കയറി. വൈദ്യുത വിളക്കുകളുടെ പ്രകാശത്തിൽ ജ്വലിക്കുന്ന മാവോയുടെ മുഖം. നീണ്ടു നിവർന്നുകിടക്കുന്ന വിപ്ലവനായകനു മേൽ വിപ്ലവത്തിന്റെ ചെമ്പട്ട്. പുഷ്പങ്ങൾ കൊണ്ടലങ്കരിക്കപ്പെട്ട ശയ്യയിൽ കിടക്കുന്ന ഈ മനുഷ്യ

നാണ് ചൈനയുടെ ജീവചരിത്രത്തെ മാറ്റിമറിച്ചത്. കോടിക്കണക്കിനു മനുഷ്യരുടെ ജീവിതങ്ങളെ മാറ്റിമറിച്ചത്. പറഞ്ഞറിയിക്കാനാവാത്ത മാനസികാവസ്ഥ. എന്തായിരുന്നു ആ നിമിഷങ്ങളിൽ എന്റെ മനസ്സിലെന്ന് ഓർത്തെടുക്കാൻ വയ്യ. മനസ്സ് ചിന്തകളുടെ കുത്തൊഴുക്കില്ലാതെ നിശ്ചലമായോ? അതോ ചിന്തകളുടെ മലവെള്ളപാച്ചിലിൽ കലങ്ങി മറിഞ്ഞോ? ഞങ്ങൾ മുഷ്ടി ചുരുട്ടി അഭിവാദ്യമർപ്പിച്ചു. മാക്സിന്റെ ശവകുടീരം സന്ദർശിച്ച ഓർമ്മയിൽ ഒ എൻ വി എഴുതിയ വരികളാണ് മൃതദേഹം കണ്ടിറങ്ങുമ്പോൾ ഓർമ്മവന്നത്. “ഇവിടെ, നിൻവാക്കുറങ്ങാതിരിക്കുന്നു.”

1949 നുമുമ്പും ശേഷവുമായി മാവോയുടെ ജീവിതം വേർതിരിക്കാവുന്നതാണ്. ഗറില്ലാ പോരാട്ടത്തിന്റെ ആദ്യ കാലത്തും രാഷ്ട്രീയാധികാരത്തിന്റെ രണ്ടാം പാദത്തിലും മാവോ ബദലുകളില്ലാത്ത ജീവിതം ജീവിച്ചു.

1890 ൽ ഹുനാൻ പ്രവിശ്യയിലെ ഷ്യാഗ്-ഷുഹാങ് ഗ്രാമത്തിലെ കർഷകകുടുംബത്തിൽ ജനിച്ച മാവോ കൗമാരത്തിലേ കർഷകതൊഴിലാളികളെ സംഘടിപ്പിച്ചു. ഹുനാനിനിലെ യുദ്ധക്കൊതിയനായ അധികാരിക്കെതിരെ പരാതികൊടുക്കാൻ 1919 ൽ ബെയ്ജിങ്ങിൽ പോയ സംഘത്തിൽ ഇരുപത്തിയാറുകാരനായ മാവോയും ഉണ്ടായിരുന്നു. പരാതിയെഴുത്തും ലഘുലേഖാ നിർമ്മാണവുമായിരുന്നു അക്കാലത്ത് മാവോയുടെ ചുമതല. എന്നാൽ, മാവോ സെ തൂങ്ങിലെ കമ്യൂണിസ്റ്റുകാരന്റെ പിറവി 1920 ൽ ഷാങ്ഹായിൽ പ്രൊഫ. ചെൻ തു-ഹ്സിയു (Chen Tu Hsiu) എന്ന മാർക്സിസ്റ്റ് ചിന്തകനെ പരിചയപ്പെട്ടതോടെയാണ്. ഇദ്ദേഹത്തിന്റെ നിർദ്ദേശപ്രകാരം ചാങ്ഷായിയിൽ റഷ്യൻ ചായ്വുള്ള വാരികകളുടെയും പുസ്തകങ്ങളുടെയും ഒരു പുസ്തക കട ആരംഭിച്ചതോടെയാണ് മാവോയിൽ കമ്യൂണിസ്റ്റ് സ്വാധീനം ശക്തമായത്.

1911 ൽ ഡോ.സൺയാത്സെന്നിന്റെ നേതൃത്വത്തിൽ ഒന്നാം ചൈനീസ് വിപ്ലവം നടന്നതോടെ നൂറ്റാണ്ടുകൾ നീണ്ട രാജവാഴ്ചയിൽ നിന്ന് ചൈന മോചനം നേടി. സൺയാത്സെൻ പ്രസിഡന്റായി ഒരു റിപ്പബ്ലിക് രൂപീകരിക്കപ്പെട്ടു. ഇതിനിടയിൽ 1921 ൽ ചൈനയിൽ വിപ്ലവാശയങ്ങളുള്ള കമ്യൂണിസ്റ്റ് പാർട്ടി രൂപംകൊണ്ടിരുന്നു. സൺയാത്സെന്നിന്റെ കുമിങ് പാർട്ടിയും കമ്യൂണിസ്റ്റ് പാർട്ടി ഓഫ് ചൈന (CCP)യും സഹകരിച്ച് ഇക്കാലത്ത് പല വിപ്ലവപ്രവർത്തനങ്ങളും നടത്തി. എന്നാൽ, സൺയാത്സെന്റെ മരണാനന്തരം ചിയാങ് കൈഷക്കിന്റെ കമ്യൂണിസ്റ്റ് വിരുദ്ധ നിലപാടുകളിലേക്ക് കുമിങ്താങ് പാർട്ടി മാറിയതോടെ കമ്യൂണിസ്റ്റ് പാർട്ടി പ്രത്യാക്രമണത്തിലേക്ക് നീങ്ങി.

സാമ്രാജ്യത്വ ശക്തികളുടെ സാമ്പത്തിക/സൈനിക സഹായ

ത്തോടെ കമ്യൂണിസ്റ്റ് പാർട്ടിയെ ആക്രമിച്ച കൈഷക്ക് ആയിരക്കണക്കിന് കർഷകരെയും തൊഴിലാളികളെയും കൊന്നൊടുക്കി.

ചൈനീസ് പാർട്ടിയെയും ചെമ്പടയെയും നിരന്തരം കൊമിങ്താങ് സൈന്യം ആക്രമിച്ചപ്പോൾ പ്രത്യാക്രമണമായാണ് 1934 ൽ സി പി സി ലോങ് മാർച്ച് ആരംഭിച്ചത്. ബ്രാവുൽ നായകനായിരുന്നെങ്കിലും മാവോയുടെ ഗറില്ലായുദ്ധതന്ത്രങ്ങളാണ് സാഹചര്യത്തിനിണങ്ങുക എന്നു മനസ്സിലാക്കിയ പാർട്ടി 1937 ൽ മാവോയെ ചെമ്പടയുടെ ചെയർമാനായി തിരഞ്ഞെടുത്തു.

മാവോയുടെ നേതൃത്വത്തിൽ 368 ദിവസമാണ് വൻമാർച്ച് നടന്നത്. ഒരുദിവസം ശരാശരി 24 നാഴിക സഞ്ചരിച്ച മാർച്ച് 800 നാഴിക പൂർത്തിയാക്കിയാണ് മാർച്ച് 1936 ൽ യനാനിൽ എത്തിച്ചേർന്നത്. മാർച്ചിനിടയിൽ നിരന്തരം ശത്രുക്കൾ ആക്രമിച്ചു. 12 പ്രവിശ്യകളിലൂടെ കടന്നുപോയ വൻമാർച്ച് മഞ്ഞുമൂടിക്കിടന്ന അഞ്ച് മലകളിലൂടെ 12 പർവ്വതനിരകളും

24 നദികളും കടന്നാണ് യനാനിൽ എത്തിച്ചേർന്നത്. ഗറില്ലാ, ഒളിപ്പോർ യുദ്ധ മുറകളിലൂടെ മാവോയുടെ നേതൃത്വത്തിൽ ചുവപ്പുസേന ശത്രുക്കളെ പരാജയപ്പെടുത്തി. 100000 സഖാക്കൾ പങ്കുചേർന്ന മാർച്ച് അവസാനിച്ചപ്പോൾ ബാക്കിയായത് 20000 പേർ മാത്രമാണ്.

മാർച്ചിനിടയിൽ മാവോ അസുഖബാധിതനാവുകയും രണ്ട് വയസ്സ് മാത്രം പ്രായമായ ഏക മകനെ നഷ്ടപ്പെടുകയും ചെയ്തിരുന്നു. എന്നിട്ടും തളരാതെ പോരാടിയ മാവോ 1949 ഒക്ടോബർ ഒന്നിന് ചൈനയെ സ്വതന്ത്ര റിപ്പബ്ലിക്കായി പ്രഖ്യാപിക്കുമ്പോൾ ചരിത്രം വികാരതീവ്രതയാൽ ഈ മഹാമനുഷ്യനെ അഭിവാദ്യം ചെയ്തിരുന്നിരിക്കണം. ലോങ് മാർച്ച് അങ്ങനെ ചൈനയുടെ ആധുനികീകരണത്തിലേക്കുള്ള മാർച്ച്

കൂടിയായി മാറി.

മാവോയുടെ ഭരണം കൈഷക്കിൽ നിന്നും ഭിന്നമായിരുന്നു. അദ്ദേഹത്തിന്റെ കീഴിൽ ഒരു രാഷ്ട്രമെന്ന നിലയിൽ ചൈന ഏകീകരിക്കപ്പെടുകയും ആധുനീകരിക്കപ്പെടുകയും ചെയ്തു. നൂറ്റാണ്ടുകൾക്കുശേഷം ചൈനീസ് ജനത ശക്തമായ ഒരു ഭരണകൂടത്തിൻകീഴിൽ അണിനിരന്നത് മാവോയിലൂടെയാണ്. വിദേശ രാജ്യങ്ങൾ ചൈനയിലെ പുതിയ ഗവൺമെന്റിനെ അംഗീകരിക്കാതിരുന്നപ്പോൾ സാമ്പത്തികവും സാങ്കേതികവുമായ വൻ പ്രതിസന്ധി രാജ്യം നേരിട്ടു. എന്നാൽ, ഭൂപരിഷ്കരണത്തിലൂടെയും കമ്യൂൺ സമ്പ്രദായത്തിലൂടെയും 'മുന്നോട്ടുള്ള വൻ കുതിച്ചു ചാട്ടം' അടക്കമുള്ള നയങ്ങളിലൂടെയും സാമ്പത്തിക മേഖലയിൽ ചൈന സ്വതന്ത്ര ശക്തിയായി മാറി.

മാവോ മുന്നോട്ടുവച്ച ഭൂപരിഷ്കരണത്തിന്റെ ഫലമായി 40% ഭൂമി സാധാരണക്കാർക്ക് വിതരണം ചെയ്യുകയും ജനസംഖ്യയിലെ 60% ഗുണഭോക്താക്കളാവുകയും ചെയ്തു. അദ്ധ്വാനത്തെ മഹത്വവല്ക്കരിച്ചും, നാടുവാഴിത്വത്തിന്റെ ക്രൗര്യങ്ങളിൽനിന്ന് ജനതയെ മോചിപ്പിച്ചും മാവോ ജനതയെ സ്വതന്ത്രരാക്കി.

മനുഷ്യസഹജമായ തെറ്റുകൾ മാവോയ്ക്ക് സംഭവിച്ചിരിക്കാം. പക്ഷേ, ചൈനീസ് ജനത ഇപ്പോഴും മാവോയെ സ്നേഹിക്കുന്നുണ്ട്. കണ്ണെത്താ ദൂരം നീണ്ടുകിടക്കുന്ന ക്യൂവിലെ മനുഷ്യർ കണ്ണാടിക്കൂട്ടിൽ ഫോർമാനിനാൽ സൂക്ഷിച്ചിരിക്കുന്ന മാവോയുടെ മുഖം കാണുമ്പോൾ ജീവനുള്ള ചരിത്രത്തെ തന്നെയാവും കാണുക, അനുഭവിക്കുക. നീണ്ടുകിടക്കുന്ന ക്യൂവിന് മനുഷ്യാവസാനത്തോളം നീളമുണ്ടെന്ന് മുസോളിയത്തിൽനിന്നുള്ള മടക്കയാത്രയിൽ ഞാനോർത്തു.

വിലക്കുകളില്ലാത്ത നഗരം

ചൈനീസ് യാത്രയിൽ ഒഴിവാക്കാനാകാത്ത ഉജ്ജ്വലമായ അനുഭവമായിരുന്നു 'ഫോർബിഡൻ സിറ്റി' എന്ന വിലക്കപ്പെട്ട നഗരം സന്ദർശിച്ചത്. വിലക്കപ്പെട്ട നഗരം നമ്മുടെ താജ്മഹലിന്റെയോ, ലോകാത്ഭുതങ്ങളിലെ കണ്ണികളായ വിക്ടോറിയ വെള്ളച്ചാട്ടത്തിന്റെയോ, ഗ്രാന്റ് കാനന്റെയോ പ്രൗഢി അവകാശപ്പെടുന്നുണ്ട്. നൂറ്റാണ്ടുകൾക്കു മുൻപ് നിർമ്മിച്ചതായിരുന്നിട്ട് പോലും കാലത്തിന്റെ കെടുതികളെയൊന്നും കൂസാതെ വിലക്കപ്പെട്ട നഗരം ടിയാൻമെൻ കവാടം കടന്നു ചെല്ലുന്ന യാത്രക്കാരെ വിസ്മയിപ്പിക്കുന്നു.

നിരോധിത നഗരം 'വിലക്കപ്പെട്ട നഗരം' എന്നൊക്കെ അറിയപ്പെടുന്നുണ്ടെങ്കിലും 150000 സ്ക്വയർ കിലോമീറ്റർ വിസ്തീർണ്ണത്തിൽ പണിതീർത്ത അതിവിശാലമായ കൊട്ടാര സമുച്ചയമാണിത്. ചൈനയിൽ ജനാധിപത്യത്തിന്റെ ചുവപ്പ് സൂര്യനുദിച്ചതിന്റെയും നൂറ്റാണ്ടുകളോളം ചൈനയെ നഖശിഖാന്തം വാണിരുന്ന രാജാവാഴ്ചയുടെയും സ്മരണകളുറങ്ങുന്ന വിലക്കപ്പെട്ട നഗരത്തിന്റെ മുന്നിലെത്തിയപ്പോൾ യാഥാർത്ഥ്യമോ അയഥാർത്ഥ്യമോ എന്ന് തിരിച്ചറിയാനാകാത്ത വൈകാരികാവസ്ഥയിലായിരുന്നു ഞാൻ. 'ഫോർബിഡൻ സിറ്റി'യെ പറ്റി എനിക്ക് കൂടുതലായി ബാലഗോപാൽ സഖാവ് പറഞ്ഞുതന്നു. 21-ൽപ്പരം രാജ്യങ്ങൾ സന്ദർശിച്ചിട്ടുള്ള അദ്ദേഹത്തിന്റെ പരിചയ സമ്പത്ത് ഞങ്ങളുടെ യാത്രയ്ക്ക് മുതൽക്കൂട്ടായിരുന്നു.

ഞങ്ങൾ മാത്രമല്ല, വിലക്കപ്പെട്ട നഗരത്തിലെത്തുന്ന എല്ലാ സന്ദർശകരും അതിവൈകാരികതയുടേതായ ഒരനുഭൂതിയുടെ രാജകൊട്ടാരത്തിലേക്കാണ് കാലെടുത്തുവയ്ക്കുന്നത്. ചൈനീസ് വാസ്തുശാസ്ത്രത്തിന്റെയും കലാബോധത്തിന്റെയും സാങ്കേതിക മികവിന്റെയും പ്രൗഢമായ സാക്ഷാൽക്കാരമാണ് 'ഫോർബിഡൻ സിറ്റി.' വൻമതിലിനോളം

പ്രചാരം വിലക്കപ്പെട്ട നഗരത്തിനില്ലെങ്കിലും ഇന്ന് ദിനംപ്രതി ലക്ഷക്കണക്കിന് സന്ദർശകരെത്തുന്ന ലോകത്തിലെ തന്നെ സുപ്രധാന കേന്ദ്രങ്ങളിലൊന്നായി ഇത് വളരെ വേഗം വളരുന്നുണ്ട്.

രാജവാഴ്ചയുടെയും വിമോചിതരായ ജനതയുടെയും ഭൂതകാല സമ്മോഹനത്തിന്റെ അനുഭവം മണക്കുന്ന ഇടം കൂടിയാണ് വിലക്കപ്പെട്ട നഗരം എന്ന് പറഞ്ഞല്ലോ. ഈ വസ്തുതയുടെ ആഴമറിയണമെങ്കിൽ വിലക്കപ്പെട്ട നഗര ചരിത്രത്തിലൂടെ നാം സഞ്ചരിക്കേണ്ടി വരും.

15-ാം നൂറ്റാണ്ടിലാണ് നൂറ്റി എഴുപത്തിയെട്ടോളം ഏക്കറുകളിൽ നിറഞ്ഞുകിടക്കുന്ന കൊട്ടാരസമുച്ചയം നിർമ്മിക്കപ്പെട്ടതത്രേ. പതിനഞ്ചോളം വലിയ കൊട്ടാരങ്ങൾ, നിരവധി കൂറ്റൻ ഗോപുരങ്ങൾ, പല വലിപ്പത്തിലുള്ള അനവധി മാളികകൾ, വിശാലമായ ഹാളുകൾ, നടുമുറ്റം, അതിസുന്ദരമായ് രൂപകല്പനചെയ്യപ്പെട്ട പൂന്തോട്ടങ്ങൾ, ഒൻപതിനായിരത്തോളം മുറികൾ ഒക്കെ ചേരുമ്പോഴാണ് വാസ്തവത്തിൽ വിലക്കപ്പെട്ട നഗരം പൂർണ്ണമാകുന്നത്. മുക്കും മൂലയും ആസ്വദിച്ചു കാണാനാണ് ശ്രമമെങ്കിൽ ഒരാഴ്ച പിടിക്കും, എന്ന് ഗൈഡ് ആദ്യം തന്നെ ഓർമ്മിപ്പിച്ചപ്പോഴും ഞങ്ങൾ ഇത്രയും പ്രതീക്ഷിച്ചിരുന്നില്ല.

ചൈനീസ് വാസ്തുശാസ്ത്രത്തിന്റെയും ശില്പനിർമ്മാണത്തിന്റെയും ഉജ്ജ്വല മാതൃകകളിലൊന്നായ, കൊട്ടാരസമുച്ചയവും മറ്റ് നിർമ്മാണങ്ങളും അതത് കാലങ്ങളിൽ കൊട്ടാരത്തിൽ ജീവിച്ചിരുന്ന ചക്രവർത്തിമാർക്കും രാജകുടുംബാംഗങ്ങൾക്കും സേവകർക്കും മാത്രം വിരാജിക്കാൻ അവകാശമുള്ള ഇടങ്ങളായിരുന്നു. സാധാരണ ജനതയ്ക്ക് രാജഭരണത്തിന്റെ കാലമെല്ലാം അപ്രാപ്യമായി അവശേഷിച്ചതിനാലാണ് 'വിലക്കപ്പെട്ട' നഗരമായി ഈ കൊട്ടാരസമുച്ചയം മാറിയത്. ചക്രവർത്തിയും രാജ

കുടുംബാംഗങ്ങളും സാധാരണ ജനങ്ങളിൽ നിന്നും അകന്നു ജീവിച്ചിക്കുന്നതാണ് ഉത്തമം എന്ന വിശ്വാസത്തിൻ മേലായിരുന്നു 'വിലക്കപ്പെട്ട നഗരം' പടുത്തുയർത്തിയത് എന്ന് സാരം. വിലക്കപ്പെട്ട നഗരത്തെ ചക്രവർത്തിമാരുടെ 'ഏകാന്ത'ലോകം എന്ന നിലയിൽനിന്നും സാധാരണ ജനങ്ങൾക്കായി തുറന്നു കൊടുത്തത് ചൈനീസ് വിപ്ലവത്തിന്റെ സുവർണ്ണ നേട്ടങ്ങളിലൊന്നായിരുന്നു. 1949 ൽ മാവോയുടെ നേതൃത്വത്തിൽ ജനകീയഭരണകൂടം ചൈനയുടെ ഭാവി ഭാഗധേയം നിർണ്ണയിക്കാൻ അധികാരത്തിലേറിയ ശേഷം, ആദ്യമെടുത്ത ജനകീയ നടപടികളിലൊന്ന് പൊതുജനങ്ങൾക്കായി ചക്രവർത്തിമാരുടെ മഹാലോകം തുറന്നു കൊടുക്കലായിരുന്നു. ഗവൺമെന്റിന്റെ കീഴിൽ 'പാലസ് മ്യൂസി'യമായി ഇന്ന് സംരക്ഷിച്ചു പോരുന്ന രാജക്കൊട്ടാര സമുച്ചയത്തിൽ ലോകമെമ്പാടുനിന്നുമുള്ള ടൂറിസ്റ്റുകളെത്തുന്നു. 1987 ൽ യുനെസ്കോ കൊട്ടാര സമുച്ചയത്തിന്റെ മഹാനഗരത്തെ ലോകപൈതൃക പട്ടികയിലുൾപ്പെടുത്തിയതിൽ പിന്നെ യുനെസ്കോ ഉൾപ്പെടെയുള്ള അന്താരാഷ്ട്ര ഏജൻസികളുടെ സാമ്പത്തിക-സാങ്കേതിക സഹായം 'വിലക്കപ്പെട്ട നഗരത്തിന്റെ' പരിപാലനത്തിനും പുനരുദ്ധാരണത്തിനുമായി ലഭിച്ചു പോരുന്നു.

നിർമ്മാണ ചരിത്രം

കലാ-നിർമ്മാണ പ്രവർത്തനങ്ങൾക്ക് ഖ്യാതിയാർജ്ജിച്ച മിങ് രാജവംശത്തിന്റെ കാലത്താണ് വിലക്കപ്പെട്ട നഗരം പണികഴിപ്പിച്ചത്. 1369 ൽ ഹോഗു ചക്രവർത്തി മിങ് രാജഭരണത്തിന്റെ രാഷ്ട്രീയ തലസ്ഥാനമായി ബെയ്ജിങ്ങിനെ പ്രഖ്യാപിച്ചു. ഹോഗു ചക്രവർത്തിക്ക് ശേഷം അധികാരത്തിൽ വന്ന സൂസി ചക്രവർത്തിയുടേതായിരുന്നു വിസ്തൃതമായ കൊട്ടാരസമുച്ചയം രാജ്യതലസ്ഥാനത്ത് കലാത്മകമായി നിർമ്മിക്കുക എന്ന ആശയം. സാധാരണ രാജക്കൊട്ടാരമാകരുത് നിർമ്മിക്കേണ്ടത്

എന്ന് തീരുമാനിച്ച അദ്ദേഹം സാങ്കേതിക മേഖലയിൽനിന്നും വാസ്തു വിദ്യാ മേഖലയിൽനിന്നും, ചൈനീസ് പാരമ്പര്യ വാസ്തു ശില്പ ശാസ്ത്രത്തിന്റെ അടിസ്ഥാനമായ 'ഷെങ്ഷൂയി' മേഖലയിൽനിന്നും വിദഗ്ദ്ധർമാരെ ക്ഷണിച്ചുവരുത്തി സമഗ്രമായ പ്ലാൻ തയ്യാറാക്കിയ ശേഷമാണ് കൊട്ടാരത്തിന്റെ നിർമ്മാണം ആരംഭിച്ചത്. 1406 ൽ ആരംഭിച്ച നിർമ്മാണ പ്രവർത്തനങ്ങളിൽ രണ്ടു ലക്ഷത്തിലേറെ തൊഴിലാളികൾ വിവിധ മേഖലകളിൽനിന്നായി പങ്കെടുത്തിരുന്നുവെന്ന് ചരിത്രരേഖകൾ പറയുന്നു.

സൂസി ചക്രവർത്തിക്കുശേഷം അധികാരമേറ്റ യോങ്ലെ ചക്രവർത്തിയാണ് നിർമ്മാണത്തിന് നവീനമായ മുഖം നല്കിയത്. ഹ്സുടാവ് (Gsu Tav), യുവാൻ അൻ (Yuvan An), ഫെങ്ലിയാവോ (Feng cWao) എന്നിങ്ങനെ മൂന്നു തച്ചുശാസ്ത്ര വിദഗ്ദ്ധന്മാരുടെ നിരന്തര പരിശ്രമത്തിലൂടെയാണ് നാമിന്നു കാണുന്ന മട്ടിൽ 'വിലക്കപ്പെട്ട നഗരത്തി'ന്റെ നിർമ്മിതി പൂർത്തിയായത്.

രണ്ട് നൂറ്റാണ്ടോളം കാലം മിങ് രാജവംശത്തിലെ ഒരു ഡസനോളം ചക്രവർത്തിമാരും പരിചാരകരും പാർത്തിരുന്നത് ഇവിടെയായിരുന്നു. 1644 ൽ കലാപത്തിന്റെ ഫലമായി ശത്രുക്കൾ വിലക്കപ്പെട്ട നഗരം പിടിച്ചെടുത്തപ്പോൾ അവസാന മിങ് ചക്രവർത്തിയായ ലോങ്ഷെൻ, ഉദ്യാനത്തിലെ കൃത്രിമ കുന്നിൽ കയറിയാണ് തൂങ്ങിമരിച്ചത്. മിങ് രാജവംശത്തിന്റെ ചരിത്രപരമായ പതനത്തിനുശേഷം അധികാരത്തിൽ വന്ന ക്വിങ് രാജവംശത്തിലെ രാജാക്കന്മാരുടെ ആസ്ഥാനം വിലക്കപ്പെട്ട നഗരത്തിലെ കൊട്ടാരസമുച്ചയം തന്നെയായിരുന്നു. 1860 ലും 1900 ലെ ബോക്സർ കലാപത്തിന്റെ രക്തരൂക്ഷിത സമരപോരാട്ടങ്ങളിലും വിദേശ ശക്തികളുടെ ഭരണത്തിൻകീഴിലായിരുന്നു വിലക്കപ്പെട്ട നഗരം. 1912 ൽ ചൈന

യിലെ അവസാന ചക്രവർത്തിയും സ്ഥാനഭ്രഷ്ടനാക്കപ്പെട്ടതോടെ വില ക്കപ്പെട്ട നഗരത്തിലെ രാജഭരണത്തിൽ ഏകാധിപത്യ രാഷ്ട്രീയസ്മരണ കൾക്ക് വിരാമമായി. ശേഷം ചരിത്രം.

ജനങ്ങൾക്കായി ലോകത്തിലെ ഏറ്റവും പ്രൗഢമായ രാജകൊട്ടാരം തുറന്നു കൊടുക്കാനായിരുന്നു മാവോ തീരുമാനിച്ചതെന്ന് നേരത്തേ സൂചിപ്പിച്ചല്ലോ. രാജകൊട്ടാര സമുച്ചയത്തിലേക്ക് താമസം മാറ്റാൻ നിർബ്ബ ന്ധിക്കപ്പെട്ടെങ്കിലും അതിനു തയ്യാറാകാതെ ജനാധിപത്യത്തിന്റെ വെളിച്ചം തെളിച്ച് സാധാരണക്കാർക്കായി കൊട്ടാരം തുറന്നു കൊടുക്കാ നുള്ള വിമോചനപരമായ തീരുമാനത്തിൽ അദ്ദേഹം ഉറച്ചുനിന്നു.

വിസ്മയങ്ങളുടെ നഗരം

തടികൊണ്ട് മാത്രം പണിത ലോകത്തിലെ ഏറ്റവും വലിയ കെട്ടിട സമുച്ചയമാണിത്. ഒരു മണിക്കൂറോളം ക്യൂ നിന്നാൽ മാത്രമേ സാധാരണ ഗതിയിൽ കൊട്ടാരത്തിലേക്കുള്ള പ്രവേശനം തരപ്പെടുകയുള്ളൂ. എന്നാൽ, സർക്കാർ അഥിതികൾ എന്ന പരിഗണനയിൽ ഞങ്ങൾ ക്യൂവിൽ നിന്ന് ഒഴിവാക്കപ്പെട്ടു. ഒരേ സമയം തച്ചുശാസ്ത്രത്തിന്റെയും വാസ്തുവിദ്യയുടേയും കലാത്മകതയുടെയും ആഘോഷമാണ് നൂറ്റാണ്ടു കൾക്ക് ശേഷവും വിലക്കപ്പെട്ട നഗരത്തിലെ ഓരോ കെട്ടിടവും. മുപ്പതി നായിരത്തോളം ചതുരശ്ര അടിയിൽ പരന്നു കിടക്കുന്ന കെട്ടിടങ്ങളുടെ പ്രതലങ്ങളിൽ വിവിധ നിറങ്ങൾ പൂശിയിരിക്കുന്നു. വെറുതെ നിറങ്ങൾ ചാലിച്ചു തേച്ചിരിക്കുകയല്ല, മറിച്ച് ഏറ്റവും കലാബോധത്തോടെയാണത് നിർവ്വഹിച്ചിരിക്കുന്നത്. വിവിധ നിറങ്ങൾ ചിത്രപണികളാലും കൊത്തു പണികളാലും കണ്ണ് എത്തുന്നിടങ്ങളിലെല്ലാം ചാതുര്യത്തോടെ നിറഞ്ഞ് തുളുമ്പുന്നു. ചൈനീസ് തച്ചു ശാസ്ത്രഗ്രന്ഥങ്ങളെ ആശ്രയിച്ച്, അക്കാ ലത്ത് നിലവിലുണ്ടായിരുന്ന കലാ-സാംസ്കാരിക-സാങ്കേതികജ്ഞാന ങ്ങളെ ഫലപ്രദമായി വിനിയോഗിച്ചാണ് കെട്ടിടങ്ങൾ നിർമ്മിച്ചിരിക്കുന്ന തെന്ന് ഗൈഡ് ഓർമ്മിപ്പിച്ചു.

ഔട്ടർ കോർട്ട്, ഇന്നർ കോർട്ട് എന്നിങ്ങനെ കൊട്ടാരങ്ങളെ വിഭജി ച്ചിട്ടുണ്ട്. പണ്ടു കാലത്ത് ഔട്ടർ കോർട്ടിലാണത്രേ ആഘോഷങ്ങളും രാജസദസ്സുകളും നടത്തിയിരുന്നത്. ചക്രവർത്തിമാരുടെ വാസസ്ഥലവും സമ്മേളന ഹാളുകളുമെല്ലാം ഇന്നർ കോർട്ടിന്റെ ഭാഗമായിരുന്നു. ഷെങ്ഷൂയി ശാസ്ത്രപ്രകാരം സ്വർണ്ണവും മഞ്ഞയുമാണ് സ്വർഗ്ഗീയ നിറ ങ്ങൾ. കൊട്ടാരത്തിനു പുറത്ത് പല നിറങ്ങളും കാണാമെങ്കിലും കൊട്ടാ രത്തിന്റെ വിവിധ മുറികളും ചുമരുകളും നടപാതകൾ പോലും സ്വർണ്ണ, മഞ്ഞ നിറങ്ങൾ കൊണ്ടാണ് മനോഹരമാക്കിയിരിക്കുന്നത്. മരങ്ങളുപ യോഗിച്ച് നിർമ്മിച്ച ഹാളുകളും മുറികളും യാതൊരു കേടുപാടും കൂടാതെ അഞ്ച് നൂറ്റാണ്ടുകൾക്കു ശേഷവും തുടരുന്നതിനെക്കുറിച്ച് ഞാൻ ഗൈഡി നോട് തിരക്കി. 'ദൈവാനുഗ്രഹമുള്ള' വൃക്ഷങ്ങളെ മാത്രം കാട്ടിൽ പോയി

തിരഞ്ഞു കണ്ടുപിടിച്ചതിനാലാണ് കാലത്തെ അതിജീവിച്ചും ഇവ നില നില്ക്കുന്നത് എന്നായിരുന്നു അദ്ദേഹത്തിന്റെ മറുപടി.

രാജകീയ ഇരിപ്പിടങ്ങൾ ഇപ്പോഴും രാജകീയമായി തന്നെ സൂക്ഷി ച്ചിരിക്കുന്നു. മുറികളിൽ നിന്നു നോക്കിയാൽ മനോഹരമായ പൂന്തോ ട്ടവും പ്രകൃതി ദൃശ്യങ്ങളും ആസ്വദിക്കാനാകും വിധമാണ് ജാലകങ്ങൾ ക്രമീകരിച്ചിട്ടുള്ളത്. നീരരുവികളും ജലധാരകളും തടാകങ്ങളും അതേ പടി സംരക്ഷിച്ചിട്ടുണ്ട്. മറ്റൊരത്ഭുതം കൊട്ടാരത്തിനുള്ളിലെ തൂണുക ളാണ്. തൂണുകളുടെ നിർമ്മിതിക്കായി അഞ്ച് നൂറ്റാണ്ടുമുമ്പ് ചൈനീസ് വാസ്തുവിദ്യാവിദഗ്ദ്ധർ ഉപയോഗിച്ച സാങ്കേതികവിദ്യ അക്കാലത്ത് പാശ്ചാത്യരാജ്യങ്ങളിൽപ്പോലും പ്രയോഗത്തിൽ വന്നിരുന്നില്ലത്രേ. രാജ സദസ്സ് നടന്നിരുന്ന ഹാ ളിൽ പേരിനുപോലും തൂണുക ളില്ല. വളരെ വിസ്തീർണ്ണ മേറിയ ഹാൾ തൂണുകളുടെ സഹായമില്ലാതെ തന്നെ അതിവസിച്ചു പോരുന്നു. മറ്റൊരത്ഭുതമായി എനിക്കു തോന്നിയത് ഹാളും ചുമ രുകളും നിർമ്മിക്കാൻ ഉപ യോഗിച്ച സ്വർണ്ണ നിറമുള്ള ഇഷ്ടികകളാണ്. ഇത്തരം ഇഷ്ടികകൾ ലോകത്ത് മറ്റൊരിടത്തും ഉപയോഗി ച്ചിട്ടില്ലെന്നാണ് പറയപ്പെടു ന്നത്.

നിർമ്മാണചാതുര്യം മാത്രമല്ല, ചിത്രപണി, പെയിന്റിങ്ങുകൾ, സിറാ മിക് പാത്രങ്ങളുടെ വിസ്മ യശേഖരം എന്നിവ കൊണ്ടും രാജകൊട്ടാരം സമ്പന്നമാണ്. അരലക്ഷത്തോളം വിവിധങ്ങളായ പെയിന്റിങ്ങുകൾ കൊട്ടാരത്തിൽ സൂക്ഷിച്ചിരിക്കുന്നു. ലോകത്തെ വിവിധ ചിത്രകാരന്മാരുടെ സൃഷ്ടികളും ഇവയിൽ ഉൾപ്പെടും. ഒട്ടും ലാവണ്യം നഷ്ടപ്പെടാതെ തുടരുന്ന പെയിന്റിങ്ങുകൾ കലാസ്വാദനശേഷിയാൽ സന്നമായിരുന്നു ചൈനീസ് ചക്രവർത്തിമാർ എന്നതിന്റെ ജീവിക്കുന്ന അടയാളപ്പലകകളാണ്.

കേരളത്തിൽനിന്നും കണ്ടെടുത്തതടക്കം ചിത്രപണികളോടുകൂടിയ നിരവധി കളിമൺ പാത്രങ്ങളുടെ ശേഖരവും കൊട്ടാരത്തിലുണ്ട്. പാത്ര ങ്ങൾ, ഗ്ലാസുകൾ എന്നിവയുൾപ്പെടുന്ന ശേഖരത്തിൽ ചൈനീസ് നിർമ്മി

തമല്ലാത്തവയും ധാരാളമുണ്ട്. ചൈനയുടെ വിദേശബന്ധങ്ങളിലെ സമ്പന്നതയിലേക്ക് വിരൽ ചൂണ്ടുന്ന മറ്റൊന്നാണ് ആയിരത്തിലേറെ ടൈംപീസുകളുടെ ശേഖരണം. കാലം ഇടതടവില്ലാതെ അവയിലൂടെ സഞ്ചരിച്ചുകൊണ്ടേയിരിക്കുന്നു. 19, 20 നൂറ്റാണ്ടുകളിൽ നിർമ്മിച്ച ടൈംപീസുകളുടെ ശേഖരം വ്യത്യസ്തമായ കാഴ്ചാനുഭവമാണ്.

മണിക്കൂറുകൾ മാത്രമാണ് ഞങ്ങൾ ഫോർബിഡൻ സിറ്റിയിൽ ചെലവഴിച്ചത്. ഒരാഴ്ചയല്ല, ഒരു മാസമെടുത്താലും പൂർണ്ണമായി കണ്ടും അനുഭവിച്ചും തീരാത്ത ഒരു വിസ്മയ ലോകംപോലെ ഫോർബിഡൻ സിറ്റി. തിരികെ നടക്കുമ്പോൾ ചുമരിലെ എണ്ണമില്ലാത്ത ലിപികളിൽ നോക്കി നിന്നു. വരകളും കുറികളുമായി ചിതറിക്കിടക്കുന്ന ലിപികൾക്ക് അനാദൃശ്യമായ ലാവണ്യമുണ്ട്. അതുകൊണ്ടാവണം ചൈനീസ് ചിത്രകലയുടെ കൂടി ഭാഗമാകാൻ ചൈനീസ് ലിപിക്ക് കഴിഞ്ഞത്.

കൊട്ടാരക്കാഴ്ചകളിൽനിന്നും പടിയിറങ്ങുമ്പോൾ നൂറ്റാണ്ടുകളോളം തന്നെ ലോകത്തിന്റെ കണ്ണുകളിൽനിന്ന് പൊതിഞ്ഞ് സൂക്ഷിച്ചിരുന്ന ഒരു മത്സ്യകന്യകയാണീ നഗരമെന്ന് തോന്നി. കാഴ്ചകളിൽനിന്ന് സ്വയമൊളിപ്പിച്ച കാലത്താകെ അത് സൗന്ദര്യത്തിന്റെ പുതിയ ഗിരിനിരകളെ ഉടലിൽ കൊത്തിവയ്ക്കുമായിരുന്നിരിക്കാം, കാലത്തിന് സ്വർഗ്ഗീയാനുഭൂതികളുടെ സ്പന്ദനങ്ങൾ വിലക്കുകളില്ലാതെ കാട്ടിക്കൊടുക്കാൻ കാത്തിരുന്നതായിരിക്കാം ഈ മനോഹര സ്വർഗ്ഗനഗരം.

ഇന്ത്യയിൽനിന്നും ചൈനയിലേക്ക് കുടിയേറിയ ഒരാൾ

യാത്രയിലുടനീളം ഞങ്ങൾ ബുദ്ധനെ കണ്ടുമുട്ടി. ബുദ്ധൻ ചീനക്കാരെ സംബന്ധിച്ചിടത്തോളം ഒരു ചരിത്രാനുഭവമാണ്. ബുദ്ധനായി സമർപ്പിക്കപ്പെട്ട ക്ഷേത്രങ്ങൾ അനവധി. ചിത്രകലയിലും സാഹിത്യത്തിലും ബുദ്ധൻ സജീവതയോടെ നിലനില്ക്കുന്നുവെന്ന് ഗൈഡ് ഓർമ്മിപ്പിച്ചു. ഇന്ത്യയിലായിരുന്നല്ലോ ബുദ്ധന്റെയും ബുദ്ധമതത്തിന്റെയും ജനനം. 'നീ തന്നെ നിന്റെ വിളക്കാകുക' എന്നോർമ്മിപ്പിച്ച ബുദ്ധൻ

ഇന്ത്യയുടെ അതിരുകൾക്കപ്പുറത്താണ് ഇന്ന് അതിജീവനത്തിന്റെ ശ്വാസം വലിച്ചെടുക്കുന്നത് എന്ന തിരിച്ചറിവ് എന്നെ കുത്തി നോവിച്ചു. ഭാരതത്തിൽ പിറന്നതും വിരുന്നുകാരായി എത്തിയതുമായ സകലമാന മതങ്ങളെയും മതങ്ങളുയർത്തിപ്പിടിക്കുന്ന രാഷ്ട്രീയത്തെയും വിമർശനബുദ്ധ്യാ പലകാലങ്ങളിലായി ഞാൻ മനസ്സിലാക്കാൻ ശ്രമിച്ചിട്ടുണ്ട്. അവയിൽ ദർശനങ്ങളിലെ നവീനതകൊണ്ടും പ്രകൃതിയോടും ജൈവജീവിതത്തോടും താതാത്മ്യം പ്രാപിക്കാനുള്ള ആഹ്വാനംകൊണ്ടും അഹിംസയുടേതായ പ്രത്യയശാസ്ത്രബോധനംകൊണ്ടും പ്രബലമെന്ന് വിശേഷിപ്പിക്കാവുന്നത് ബുദ്ധമതത്തെയാണ്. എന്നിട്ടും ബുദ്ധനെ ഇന്ത്യ മറന്നു. ബുദ്ധമതം ന്യൂനപക്ഷമതങ്ങളിലെ തന്നെ ന്യൂനപക്ഷ മതമായി. അശോകനടക്കമുള്ള രാജാക്കന്മാർ തങ്ങളുടെ കാലത്ത് ബുദ്ധമത പ്രചാ

രണത്തിനായി അയൽരാജ്യങ്ങളിലേക്ക് പ്രചാരകരെ അയച്ചതിന്റെയും മറ്റും സ്വാധീനത്തിൽ ഇന്ത്യയിൽ ദുർബ്ബലമായപ്പോഴും ബുദ്ധമതം ചൈന, ശ്രീലങ്ക, ഇന്തോനേഷ്യ പോലുള്ള രാജ്യങ്ങളിൽ ശക്തമായി. അവിടുത്തെ ജനങ്ങൾ ബുദ്ധനെ തങ്ങളുടേതായി കരുതി. ബുദ്ധനവർക്ക് ഈശ്വരനായി. ബുദ്ധക്ഷേത്രങ്ങളും പ്രതിമകളും രാജ്യത്തിന്റെ ഭിന്ന ഭാഗങ്ങളിൽ തലയുയർത്തി നിന്നു. പ്രച്ഛന്ന ബുദ്ധൻ ചൈനയുടെ ഹൃദയത്തിന്റെ ഭാഗമാണ്. എന്റെ ചൈനീസ് യാത്ര ചൈനക്കാരുടെ ബുദ്ധമത വിശ്വാസങ്ങളെക്കുറിച്ചും 'ചൈനീസ് നിർമ്മിത' ബുദ്ധനെക്കുറിച്ചുള്ള അന്വേഷണങ്ങളിലേക്ക് സഞ്ചരിച്ചത് സ്വാഭാവികം മാത്രമായിരുന്നു. 1956 ൽ 14 ശിഷ്യന്മാരുമൊത്ത് അംബേദ്കർ ജാതിഭീകരതയിൽനിന്നും രക്ഷനേടാനായി ബുദ്ധമതം സ്വീകരിച്ചതും മറ്റും ഞാൻ യാത്രയ്ക്കിടെ ഓർത്തുപോയി.

ഞാൻ പരിചയപ്പെട്ട യാൻ-ജിൻ എന്ന എന്റെ ചൈനീസ് കൂട്ടുകാരി

ബുദ്ധക്ഷേത്രങ്ങളെപ്പറ്റി ഏറെ പറഞ്ഞു തന്നു. ബെയ്ജിങ്ങിൽ ധാരാളം ബുദ്ധക്ഷേത്രങ്ങളുണ്ട്. 'അഞ്ചു ഗോപുരങ്ങളുടെ ക്ഷേത്രം' അതിപ്രാചീനമായ ഒരു ബുദ്ധ ക്ഷേത്രമാണ്. വിശ്വാസികളെയും തീർത്ഥാടകരെയും ടൂറിസ്റ്റുക ളെയുംകൊണ്ട് ജനനിബിഡമാണ് അഞ്ചു ഗോപുരങ്ങളുടെ ക്ഷേത്രം. ഞങ്ങൾ ഇന്ത്യക്കാരാണെന്ന് മന സ്സിലാക്കിയിട്ടാവണം ഗൈഡ് ഇംഗ്ലീഷിൽ ക്ഷേത്രവും ഇന്ത്യ യുമായുള്ള ബന്ധം വ്യക്തമാക്കി. ഒരിന്ത്യൻ സന്ന്യാസി ചൈനീസ് രാജാവിന് അഞ്ചു സ്വർണ്ണ ബുദ്ധ പ്രതിമകൾ സമ്മാനിക്കുന്ന ചിത്രം കാട്ടിത്തന്ന് ഗൈഡ് പാലി ഭാഷയിൽ ക്ഷേത്രത്തിനുള്ളിൽ കൊത്തിവച്ച ധർമ്മസൂത്രങ്ങൾ വായിച്ചു കേൾപ്പി ച്ചു. ഇന്ത്യക്കാരിയായിരുന്നിട്ടുപോലും ചൈനയിൽ വന്ന് പാലിഭാഷ ആദ്യ മായി കാണേണ്ട ഗതികേടോർത്ത് എനിക്കു കുറ്റബോധം തോന്നാതിരു ന്നില്ല. സാധാരണജനതയുടെ ഭാഷയായതിനാലാണ് ബുദ്ധൻ തന്റെ ദർശ നങ്ങളും ചിന്തകളും പ്രചരിപ്പിക്കാൻ നാട്ടുഭാഷകൾ ഉപയോഗിച്ചിരുന്നത്. ധർമ്മസൂത്രങ്ങൾ ധാർമ്മിക ജീവിതത്തെക്കുറിച്ചും ജീവിതത്തിൽ പാലി ക്കേണ്ട മൗലിക തത്ത്വങ്ങളെക്കുറിച്ചും ഓർമ്മിപ്പിക്കുന്നു. കുമിങ് മ്യൂസി യത്തിനകത്ത് പലതരം ബുദ്ധപ്രതിഷ്ഠകൾ കണ്ടു. ഗൈഡിന് പ്രതിഷ്ഠ കളെപ്പറ്റി നല്ല അറിവുണ്ടെന്നു തോന്നി. ഓരോ പ്രതിഷ്ഠകൾ ചൂണ്ടി അവൾ പറഞ്ഞു തന്നു. "ഇത് ശാക്യമുനി, വൈദ്യദേവതയായ ബുദ്ധൻ, അവഹിതേശ്വരൻ, ജ്ഞാനബുദ്ധൻ"........... ഇന്ത്യക്കാർക്കു പോലും ഒരൊറ്റ ബുദ്ധനെയേ പരിചയമുള്ളൂ. ചൈനക്കാരന് ബുദ്ധൻ തന്നെ ഡസൻ കണക്കിനുണ്ട്. ക്ഷേത്രത്തിനകത്തെ പൗരാണികതയുടെ അനു ഭവത്തിൽനിന്നും പുറത്തേക്കിറങ്ങി. അകത്തു മാത്രമല്ല, ക്ഷേത്രങ്ങളുടെ പുറത്തും നിരവധി ബുദ്ധന്മാരുണ്ട്. പുറംമതിലിൽ നിറയെ പല ഛായക ളിൽ ബുദ്ധനെ കൊത്തി വച്ചിരിക്കുന്നു.

ചൈനയിൽ ബുദ്ധൻ സജീവമായ ഒരനുഭവമാണ്. ചീനക്കാരന്റെ ചരിത്രസ്മൃതികളിലും സാമൂഹികസ്മൃതിയിലും ബുദ്ധവെളിച്ചമുണ്ട്. ചീന ക്കാരൻ ബുദ്ധനെ ചൈതന്യവും വെളിച്ചവുമായി തന്നെ മനസ്സിലാക്കു ന്നു, പിന്തുടരുന്നു. ഒരു പക്ഷേ, ശ്രീലങ്കയിൽനിന്നും, നിലനില്ക്കുന്ന ഇന്ത്യൻ ബുദ്ധാനുഭവങ്ങളിൽനിന്നും വ്യത്യസ്തമായ ഒരു അനുഭൂതി യാണ് ചൈനീസ് ജീവിതത്തിൽ ബുദ്ധനുള്ളത്. ചൈനീസ് സ്മൃതിയിൽ ബുദ്ധനിലാവിന്റെ നിഴലുകൾ വീണുകിടക്കുന്നുണ്ടാവണം.

മതജീവിതം ചൈനയിൽ

നവോത്ഥാനത്തിന്റെ മണ്ണിൽനിന്നും വിപ്ലവഭൂമികയായ ചൈനയിലേക്ക് യാത്രയ്ക്കായി പാർട്ടി തീരുമാനിച്ചുതന്ന സമയം കേരളത്തിൽ ശ്രീനാരായണ ഗുരുദേവന്റെ 'എനിക്കു ജാതിയില്ല' പ്രഖ്യാപനത്തിന്റെ ശതാബ്ദി ആഘോഷങ്ങൾ നടക്കുന്ന വേളയാണ്. ചെറുപ്പം മുതൽ കമ്യൂണിസ്റ്റ് ചിന്താഗതിക്കൊപ്പം എന്നെ ആകർഷിച്ചവയാണ് ഗുരുദേവ ദർശനങ്ങളും. കേരളത്തിലെ അങ്ങേയറ്റത്തെ വലതുപക്ഷക്കാരനിലും ഒരു ഇടതുപക്ഷമുണ്ട് എന്നു പല ഘട്ടങ്ങളിലും തിരിച്ചറിയപ്പെട്ടതാണ്. കേരളത്തിലെ ഈ ഇടതു മനസ്സ് രൂപപ്പെടുത്തിയതിൽ ശ്രീനാരായണ ഗുരു ഉൾപ്പെടെയുള്ള നവോത്ഥാന നായകന്മാർ വഹിച്ച പങ്ക് ചെറുതല്ല.

ഒരു ശരാശരി മലയാളിയുടെ വീക്ഷണകോണിലൂടെയാണ് ഞാൻ ചൈനയിലെ മത ജീവിതത്തെ സമീപിച്ചത്. ഇന്ത്യയിൽനിന്നും ഭിന്നമാണ് ചൈനയിലെ മതജീവിതം. എന്നാലത് ഇന്ത്യയോളം വൈരുദ്ധ്യം നിറഞ്ഞതുമാണ്. സാംസ്കാരിക വിപ്ലവത്തിന്റെ കാലത്ത് സാമൂഹിക വികാസത്തിന് പ്രതിരോധം തീർക്കാൻ ശ്രമിച്ച സംഘടിത മതത്തെ ഭരണകൂടം കൃത്യമായ നയസംവിധാനങ്ങളിലൂടെ നിയന്ത്രിച്ചിരുന്നു. 1949 നുശേഷം വലിയതോതിൽ ജനങ്ങളുടെ മതവിശ്വാസം കുറഞ്ഞു വരുകയാണുണ്ടായത്. സാംസ്കാരിക വിപ്ലവം ആ പ്രക്രിയയ്ക്ക് ആക്കം കൂട്ടി. എന്നാൽ, മതേതരത്വത്തെ അഭിസംബോധന ചെയ്യാനാണ് ചൈനയിൽ മാറിമാറി വന്ന കമ്യൂണിസ് ഗവൺമെന്റുകൾ ശ്രമിച്ചത്. സാംസ്കാരിക വിപ്ലവത്തിന്റെ അന്തരീക്ഷത്തിൽ ഭരണകൂടം തല്പരമതകക്ഷികൾക്ക് നേരെ അക്രമണം നടത്താൻ നിർബ്ബന്ധിതമായതും മറ്റും ഇക്കാലത്തും വിമർശിക്കപ്പെടുന്നുണ്ട്. എന്നാൽ, ചൈനയെ ഒരു മതേതര സമൂഹമാക്കി മാറ്റാനും വിധ്വംസകാത്മകമായ മതസ്വാധീനം ചൈനയിൽ നിന്ന് തൂത്തെറിയാനും മാവോയ്ക്കു കഴിഞ്ഞു.

ഇന്ത്യയിൽ ഫാസിസ്റ്റു ശക്തികൾ ന്യൂനപക്ഷങ്ങളെ ആക്രമിക്കാനുള്ള ഉപകരണമാക്കി ഭരണകൂടത്തെ മാറ്റാൻ പെടാപ്പാടുപെടുമ്പോൾ ചൈനയിൽ ഗവൺമെന്റ് എല്ലാ മതങ്ങളെയും തുല്യ മായി പരിഗണിക്കുന്നു. കപടമതേതരത്വം ചൈന യ്ക്ക് അന്യമാണ്. ബുദ്ധമത വിശ്വാസികളും, മുസ്ലീങ്ങളും, ക്രിസ്ത്യാനികളും, മാവോയിസ്റ്റുകളും ചൈനയിലുണ്ട്. മറ്റ് വികസിത ജനാധിപത്യ രാഷ്ട്രങ്ങളുടേതുപോലെ മതസ്വാതന്ത്ര്യത്തെക്കുറിച്ചും മതേതരത്വത്തെക്കുറിച്ചും സുവ്യക്തമായ കാഴ്ചപ്പാടാണ് ജനകീയ ചൈനയ്ക്കുള്ളത്.

1982 ഡിസംബർ നാലാം തീയതി അഞ്ചാം ദേശീയ ജനകീയ കോൺഗ്രസ് അംഗീകരിച്ച പീപ്പിൾസ് ചൈനയുടെ പുതിയ ഭരണഘടനയുടെ മുപ്പത്തിയാറാം വകുപ്പ് ഇങ്ങനെ പറയുന്നു:

> ഏതു മതത്തിൽ വിശ്വസിക്കാനും പൗരന്മാർക്ക് സ്വാതന്ത്ര്യമുണ്ട്. മതവിശ്വാസം പുലർത്തുന്നതിനും പുലർത്താതിരിക്കുന്നതിനും ഭരണകൂടമോ പൊതുസംഘടനകളോ ആരെയും ഒരു തരത്തിലും നിർബ്ബന്ധിക്കുകയില്ല. ഏതെങ്കിലും മതത്തിൽ വിശ്വസിക്കുന്നതിന്റെയോ വിശ്വസിക്കാതിരിക്കുന്നതിന്റെയോ പേരിൽ വ്യക്തികൾക്കു നേരെ വിവേചനം പ്രകടിപ്പിക്കാൻ പാടില്ലാത്തതാകുന്നു.
>
> സാമാന്യമായ മതാനുഷ്ഠാനങ്ങൾക്ക് ഭരണകൂടം സംരക്ഷണം നല്കും. പൊതുവായ സമാധാനനിലയ്ക്ക് ഭംഗം വരുത്താനോ പൗരന്മാരുടെ ആരോഗ്യനിലയ്ക്കു ഹാനിയുണ്ടാക്കാനോ വിദ്യാഭ്യാസസംവിധാനത്തിന്റെ ഭദ്രതയ്ക്കു ശൈഥില്യം സൃഷ്ടിക്കാനോ ഇടയാക്കുന്ന വിധത്തിൽ മതത്തെ ഉപയോഗിക്കാൻ ആരെയും അനുവദിക്കുകയില്ല. മത സംഘടനകളുടെ മേൽ യാതൊരുവിധ വിദേശനിയന്ത്രണവും അനുവദിക്കുകയില്ല.

ഭരണഘടനയുടെ മുപ്പത്തിനാലാം വകുപ്പ് മതത്തിന്റെ പേരിലുള്ള

വിവേചനത്തിനെതിരെ മുന്നറിയിപ്പ് നല്കുമ്പോൾ, പ്രസംഗസ്വാതന്ത്ര്യം, പത്ര സ്വാതന്ത്ര്യം, കൂട്ടം ചേരുന്നതിനുള്ള സ്വാതന്ത്ര്യം, സംഘടനാസ്വാതന്ത്ര്യം തുടങ്ങിയവ മുപ്പത്തിയഞ്ചാം വകുപ്പ് ഉറപ്പ് വരുത്തുന്നു.

ചൈനയിൽ ഞാൻ പരിചയപ്പെട്ട വ്യക്തികളിൽ പലരും മതവിശ്വാസികളായിരുന്നു. ചിലർ ബുദ്ധമതത്തിലും ഇസ്ലാമിലും വിശ്വസിക്കുന്നു. ജനങ്ങളുടെ ഹൃദയത്തിൽ മതസ്വാധീനം കഴിഞ്ഞ കാലങ്ങളിലായി കുറഞ്ഞുവരുന്നതിന് കമ്യൂണിസ്റ്റ് ആശയങ്ങൾ കാരണമായപ്പോൾ തന്നെ, പൂർണ്ണ മതസ്വാതന്ത്ര്യം അനുവദിക്കാനാണ് കമ്യൂണിസ്റ്റ് പാർട്ടി ശ്രമിച്ചത്. ചൈനയിലുടനീളം ഞാൻ ബുദ്ധക്ഷേത്രങ്ങൾ കണ്ടു. ബുദ്ധമതമാണ് ചൈനയിലേറ്റവും സ്വാധീനം ചെലുത്തുന്ന മതം. ക്രിസ്ത്യൻ പള്ളികളും മോസ്കുകളും ചൈനയിൽ സംരക്ഷിക്കപ്പെടുന്നുണ്ട്. ഇഷ്ടമുള്ള മതത്തിൽ വിശ്വസിക്കാനുള്ള ജനങ്ങളുടെ സ്വാതന്ത്ര്യം ഉറപ്പുവരുത്തുന്ന ഭരണകൂടം, മതസംഘടനകളോ, നേതാക്കളോ രാഷ്ട്രീയ സംവിധാനത്തിൽ അഹിതമായി ഇടപെടുന്നത് തടയാൻ സദാ ജാഗരൂഗരാണ്. മതം നിയന്ത്രിക്കുന്ന രാഷ്ട്രീയ പാർട്ടികളുള്ള രാജ്യത്തുനിന്ന്, ചൈനയെ മനസ്സിലാക്കുമ്പോൾ ഈ നിയന്ത്രണം ജനാധിപത്യത്തിന്റെ ആരോഗ്യത്തിന് അഭികാമ്യമായാണ് എനിക്കു തോന്നുന്നത്.

മതകാര്യങ്ങൾക്കായി ഒരു പ്രത്യേക ഭരണവകുപ്പ് 1950 ൽ ചൈനയിൽ രൂപംകൊണ്ടു എന്നത് എനിക്കു പുതിയ അറിവായിരുന്നു. സോഷ്യലിസ്റ്റ് ആത്മീയസംസ്കാരം വളർത്തുകയും വിധ്വംസാത്മകവും മനുഷ്യാവകാശ വിരുദ്ധവുമായ മതാധിപത്യം ഇല്ലായ്മ ചെയ്യപ്പെടുകയായിരുന്നു മതകാര്യവകുപ്പിന്റെ ലക്ഷ്യം.

സംഘടിതമതങ്ങളെ നിലനില്ക്കുന്ന ജീർണ്ണാവസ്ഥകളിൽനിന്നും കാലാനുസൃതമായി മോചിപ്പിക്കാൻ 1950 മുതല്ക്കേ ഭരണകൂടം നയപരിപാടികൾ രൂപീകരിച്ചു. (മതം മരുന്നുപോലെയാണെന്നും കാലഹരണപെടുമെന്നും മാധവിക്കുട്ടി പറഞ്ഞത് ഇന്ത്യൻ അനുഭവങ്ങളെ അടിസ്ഥാനപ്പെടുത്തിയായിരിക്കുമല്ലോ) പുത്തൻ മതസംസ്കാരം രൂപീകരി

ക്കുന്നതിനായി കമ്യൂണിസ്റ്റ് പാർട്ടി സ്വതന്ത്ര സംഘടനകൾക്ക് അക്കാലത്ത് തന്നെ രൂപം നല്കി. പ്രൊട്ടസ്റ്റന്റ് ത്രി-സെൽഫ് മൂവ്മെന്റ് (1951), ചൈനീസ് ബുദ്ധിസ്റ്റ് അസോസിയേഷൻ (1956), കാത്തലിക് നാഷണൽ പേട്രിയോട്രിക് അസോസിയേഷൻ (1997) തുടങ്ങിയവ അവയിൽ ചിലതാണ്. അവയെല്ലാം തന്നെ പ്രബുദ്ധമായൊരു ആത്മീയ സംസ്കാരം ചൈനീസ് ജനതയിൽ സൃഷ്ടിക്കുന്നതിൻ ഗുണപരമായ പങ്കുവഹിച്ചു.

ചൈനയിലെ മതജീവിതം ഇന്ത്യയിൽനിന്ന് ഭിന്നമാകുന്നത് ജനജീവിതത്തിൽ അവ ചെലുത്തുന്നത് വ്യക്തിപരമായ സ്വാധീനം മാത്രമാണ് എന്നതിനാലാണ്. 'അവനവനാത്മസുഖത്തിനാചരിക്കുന്നവ അപരനുസുഖത്തിനായി വരേണം' എന്ന ഗുരുവചനത്തിന്റെ അതേ കാഴ്ചപ്പാട്. ഇന്ത്യയിൽ ഭരണകൂടങ്ങൾക്കുമേൽ മതസ്ഥാപനങ്ങൾ ആധിപത്യം നേടുമ്പോൾ ചൈനയിൽ നേരെ തിരിച്ചാണ് കാര്യങ്ങൾ. മതം വ്യക്തിയുടെ സ്വകാര്യ ജീവിതത്തിലൊതുങ്ങുമ്പോൾ ജനങ്ങൾക്ക് രാജ്യവും രാഷ്ട്രീയവും മുഖ്യ സ്വാധീന സ്രോതസ്സുകളായി മാറുന്നു.

2006 ഏപ്രിലിൽ ചൈനീസ് ഗവൺമെന്റ് ഹാങ്ഷൗവിൽ ആദ്യ ലോക ബുദ്ധിസ്റ്റ് ഫോറം ആസൂത്രണം ചെയ്തു. ലോകമെമ്പാടുമുള്ള ബുദ്ധമത തലവന്മാരുടെ സമ്മേളനമായിരുന്നു അത്.

മോസ്കുകളിൽ അറബിഭാഷാ ക്ലാസുകൾ നടത്താൻ മുൻകൈയെടുത്തതും, പ്രധാന മുസ്ലീം വിഭാഗമായ ഹ്യൂവ് മുസ്ലീമുകളുടെ ജനാധിപത്യ അവകാശങ്ങളെ സംരക്ഷിക്കുന്നതും ചൈനീസ് ഭരണകൂടമാണ്.

നഗരത്തിലെ ക്രിസ്ത്യൻ പള്ളികളിൽ ഞായറാഴ്ച വിശുദ്ധ കുർബ്ബാനയും ആരാധനയുമാണെന്ന് ഞാൻ അന്വേഷണത്തിൽനിന്ന് മനസ്സിലാക്കി. ഒരേ സമയം എല്ലാ മതങ്ങളെയും അംഗീകരിച്ച് തുല്യതയുടെ അടിസ്ഥാനത്തിൽ പരിഗണിക്കാൻ പാർട്ടി ശ്രദ്ധിക്കുന്നു. മതപരമായ വൈരം ചൈനയിൽ അപ്രത്യക്ഷമായതിന്റെ പ്രധാന കാരണവും പാർട്ടിയുടെ ഈ നയമാണ്.

മതസ്വാതന്ത്ര്യം ഉറപ്പാക്കുമ്പോൾ തന്നെ ന്യായമായ നിയന്ത്രണവും പാർട്ടി ഉറപ്പാക്കുന്നു. ചൈനയിലെ ഏതു മതവിഭാഗത്തിൽപ്പെട്ട ആരാധനാലയവും ഗവൺമെന്റിൽ രജിസ്റ്റർ ചെയ്യേണ്ടിയിരിക്കുന്നു. മതനേതാക്കളുടെ നീക്കങ്ങളിൽ ജനാധിപത്യവിരുദ്ധമോ അപരമതവിദ്വേഷമോ ഇല്ലെന്നുറപ്പാക്കാൻ പോളിറ്റ് ബ്യൂറോ കൃത്യമായ ജാഗ്രത പുലർത്തുന്നു.

ഒരു കമ്യൂണിസ്റ്റ് രാജ്യത്ത് വൈവിദ്ധ്യങ്ങളുടേതായ മതങ്ങൾ ശാന്തിയോടെ അതിജീവിക്കുന്നതിനെപ്പറ്റി ഞാൻ അത്ഭുതപ്പെടുമ്പോൾ യുനാൻ പ്രവിശ്യയിലെ 'റോക്ക് ഫോറസ്റ്റ്' സന്ദർശനത്തിൽ പരിചയപ്പെട്ട ചൈനീസ് ചങ്ങാതി പറഞ്ഞു:

"ഞങ്ങൾ കമ്യൂണിസത്തിൽ വിശ്വസിക്കുന്നു. ഞങ്ങളുടെ പ്രധാന പരിഗണന രാജ്യസ്നേഹത്തിലും കമ്യൂണിസത്തിലുമാണ്. മതങ്ങൾ ഞങ്ങളുടെ പരിഗണന പട്ടികയിലേക്ക് രണ്ടാമതായേ കടന്നുവരുന്നുള്ളൂ."

ഉടൽവരമ്പിന്നപ്പുറത്തെ ചൈനീസ് പെണ്ണ്

'**പാ**തിയാകാശത്തെ താങ്ങുന്നവരാണ് സ്ത്രീകൾ' എന്ന മാവോയുടെ ചരിത്രപ്രസിദ്ധമായ വരികൾ ചൈനയിലെ സ്ത്രീമുന്നേറ്റ പ്രസ്ഥാനങ്ങളുടെ പ്രചോദന കേന്ദ്രമായിരുന്നു. ചീന സന്ദർശനത്തിനു മുമ്പേ മാവോയുടെ വരികളും അവയിലെ ലിംഗപദവിയെ സംബന്ധിച്ച സമത്വബോധവും എന്നെ ആകർഷിച്ചിരുന്നു. ചൈനീസ് സന്ദർശനമാകട്ടെ, ഒരു സ്ത്രീയെന്ന നിലയിൽ എനിക്ക് അഭിമാനിക്കാവുന്ന ഒട്ടേറെ കാഴ്ചകളാണ് കാണിച്ചുതന്നത്.

ചൈനയിലെ നഗരങ്ങളും തെരുവുകളും വിദ്യാഭ്യാസ സ്ഥാപനങ്ങളുമെല്ലാം സ്ത്രീസാന്നിദ്ധ്യത്താൽ പ്രബുദ്ധമാണ്. സ്ത്രീ മുന്നേറ്റത്തിന്റേതായ ഒരു പുതു മാതൃക ചൈന ലോകരാജ്യങ്ങൾക്കുമുന്നിൽ വയ്ക്കുന്നുണ്ട്. ഞങ്ങളുടെ യാത്രയിലുടനീളം മാറിവന്ന ഗൈഡുകളിൽ ഭൂരിപക്ഷവും മിടുക്കികളായ പെൺകുട്ടികളായിരുന്നു. അതിൽ പാർട്ട് ടൈം ജോലി ചെയ്യുന്ന യൂണിവേഴ്സിറ്റി വിദ്യാർത്ഥിനികളും ഉണ്ടായിരുന്നു. അവരുടെ മനോഹരമായ പെരുമാറ്റവും ഇംഗ്ലീഷ് ഭാഷ കൈകാര്യം ചെയ്യാനുള്ള പാടവവും ഞങ്ങളെ വളരെ ആകർഷിച്ചു. ചൈനയിൽ ടൂറിസം മേഖലയിൽ മാത്രമല്ല സ്ത്രീകളുള്ളത്. ബസ് ഡ്രൈവർ മുതൽ മന്ത്രി പദത്തിൽ വരെ സ്ത്രീ സാന്നിദ്ധ്യമുള്ള രാജ്യമാണ് ചൈന. ബസോടിക്കുന്ന സ്ത്രീകൾ ചൈനയിലെ സ്ഥിരം കാഴ്ചയാണ്. പ്രധാനമന്ത്രി പദത്തിലും പ്രസിഡന്റ് പദത്തിലും വരെ സ്ത്രീകളെത്തിയിട്ടും ഇന്ത്യയിൽ ബസ് ഡ്രൈവറായി ജോലി നോക്കുന്ന സ്ത്രീകൾ കുറവാണെന്ന് തോന്നുന്നു. യൂണിവേഴ്സിറ്റി വിദ്യാഭ്യാസത്തിലും, വികേന്ദ്രീകരണ അധികാര വ്യവസ്ഥയിലും, ചെറുകിട-വൻകിട തൊഴിലുകളിലും, സ്ത്രീകൾ സജീവസാന്നിദ്ധ്യമാണ്. ഡോക്ടർ, എഞ്ചിനീയർ തുടങ്ങിയ

പ്രൊഫഷനുകളിലും ശക്തമായ സ്ത്രീ സാന്നിദ്ധ്യമുണ്ടെന്ന് ദ്വിഭാഷിയായ പെൺകുട്ടി ഓർമ്മിപ്പിച്ചു. ചൈനീസ് പെൺകുട്ടികളുടെ കണ്ണുകൾക്ക് വളരെ ഭംഗിയാണ്. അവരുടെ ചിരി ആകർഷകമാണ്. എന്നാൽ, അവരുടെ കണ്ണുകളിലെ തിളക്കവും ചുണ്ടിലെ ചിരിയും പ്രത്യക്ഷമായിട്ട് അരനൂറ്റാണ്ടേ ആയിട്ടുള്ളൂ. വിവേചനത്തിന്റെയും കൊടിയ ചൂഷണത്തിന്റെയും ഭൂതകാലം പേറുന്നുണ്ട് ചൈനീസ് സ്ത്രീ സമൂഹം. അവരുടെ മുന്നേറ്റത്തിന്റെ കാതൽ ചൈനീസ് വിപ്ലവവും മാവോ ഉയർത്തിയ സമത്വത്തിന്റേതായ ദർശനങ്ങളുമായിരുന്നു. സമകാലീന ചൈനയിൽ സ്ത്രീകൾക്ക് അഭിമാനിക്കാൻ വകയേറെയുണ്ട്. വൈകുന്നേരം തെരുവിലൂടെ കുട്ടികളുമായി സൈക്കിളിൽ വീട്ടിലേക്കു മടങ്ങുന്ന സ്ത്രീകൾ സാമ്പത്തികമായി സ്വാശ്രയത്വം അനുഭവിക്കുന്നു. 87.6 ശതമാനമാണ് ചൈനയിലെ സ്ത്രീ സാക്ഷരത. ചൈനയിലെ സ്ത്രീകളുടെ പ്രതീക്ഷിത ആയുസ്സ് 75 വയസ്സാണ്. പുരുഷൻമാരുടേതിൽനിന്നും (72 വയസ്സ്) കൂടുതലാണത്. 1949 ൽ സ്കൂൾ വിദ്യാഭ്യാസത്തിന് അവസരം ലഭിച്ചിരുന്നത് 20 ശതമാനത്തിൽ താഴെ സ്ത്രീകൾക്കാണ്. ഇപ്പോഴത് 96.2 ശതമാനമായി വർദ്ധിച്ചിട്ടുണ്ട്. തൊഴിൽ പ്രാതിനിധ്യം 45 ശതമാനമാണ്. ഇത് ലോകത്തിലെ പല വികസിത രാജ്യങ്ങളേക്കാൾ മേലെയാണ്. ശാസ്ത്ര-സാങ്കേതിക വ്യവസായ മേഖലകളിലും ശക്തമാണ് സ്ത്രീ സാന്നിദ്ധ്യം. ഉല്പാദന മേഖലയിൽ പുരുഷന്മാരുടേതിന് തുല്യമാണ് സ്ത്രീപങ്കാളിത്തം. സാമ്പത്തിക മേഖലയിൽ മാത്രമല്ല, സുപ്രധാനമായ രാഷ്ട്രീയാധികാര മേഖലകളിലും സ്ത്രീ സാന്നിദ്ധ്യമുണ്ട്. ജനകീയസഭയിലെ തിരഞ്ഞെടുക്കപ്പെട്ട അംഗങ്ങളിൽ 21.33 ശതമാനം സ്ത്രീകളാണ്. പുരുഷ അംഗബലവുമായി താരതമ്യം ചെയ്യുമ്പോൾ സ്ത്രീസാന്നിദ്ധ്യം ദുർബ്ബല

മാണെന്നു തോന്നാമെങ്കിലും അരനൂറ്റാണ്ടുകാലംകൊണ്ട് രാഷ്ട്രീയ മേഖലയിൽ സ്ത്രീ നേടിയ സ്ഥാനം വിപ്ലവാത്മകമാണ്. ചൈനയിലെ സ്ത്രീമുന്നേറ്റത്തിന്റെ ആഴം വ്യക്തമാകണമെങ്കിൽ കമ്യൂണിസ്റ്റ് വിപ്ലവകാലത്തിനു മുമ്പുള്ള സ്ത്രീവ്യവസ്ഥകളെപ്പറ്റി വിശകലനം ചെയ്യേണ്ടിവരും.

ചൈനീസ് സ്ത്രീയുടെ ഭൂതകാലം

സ്ത്രീയുടെ ലിംഗപദവി ആദ്യമായി പ്രശ്നവല്ക്കരിച്ചത് മാവോയാണെന്ന് പറഞ്ഞല്ലോ. സാമ്രാജ്യത്വ, ഫ്യൂഡൽ ചൈനയിലെ സ്ത്രീജീവിതം ഇന്നത്തേതിൽനിന്നും ഭിന്നമായിരുന്നുവെന്നാണ് ചരിത്രം പറയുന്നത്.

കൺഫ്യൂഷ്യസ് ആശയങ്ങൾ പ്രബലമായിരുന്ന ഒരു സമൂഹമാണ് ചൈനയുടേത്. *മനുസ്മൃതി* ഇന്ത്യയിലെ വർണ്ണവ്യവസ്ഥകളെ എങ്ങനെ നിർണ്ണയിച്ചോ, അതേ ക്രൗര്യത്തോടെയാണ് കൺഫ്യൂഷ്യസ് ആശയങ്ങൾ ചൈനയിലെ സ്ത്രീയുടെ പദവിയെയും നൈതികാവകാശങ്ങളെയും നിരാകരിച്ചത്. സ്ത്രീകളെ ശാരീരികാനുഭവങ്ങളുടെയും സദാചാരത്തിന്റെയും ആൺകോയ്മാ ബോധത്തിൽനിന്നുകൊണ്ട് വായിക്കാനാണ് കൺഫ്യൂഷ്യസ് ശ്രമിച്ചത്. സ്ത്രീ പുരുഷനെക്കാൾ ബൗദ്ധികമായും ശാരീരികമായും താഴെയാണെന്നും അതിനാൽ സ്ത്രീ പുരുഷനുവിധേയപ്പെടേണ്ടതാണെന്നുമായിരുന്നു കൺഫ്യൂഷ്യസ് വിശ്വസിച്ചിരുന്നത്. കൺഫ്യൂഷ്യസ് ആശയങ്ങൾ സാമ്രാജ്യത്വ കൊളോണിയൽ ചൈനയുടെ പുരുഷാധിപത്യമനോഭാവത്തെ കൂടുതൽ ദൃഢീകരിച്ചു. സ്ത്രീകൾ ചെറുപ്പത്തിൽ അച്ഛനെയും യൗവനത്തിൽ ഭർത്താവിനെയും വാർദ്ധക്യത്തിൽ മകനെയും ഭയന്നു ജീവിക്കാൻ ആഹ്വാനം ചെയ്ത കൺഫ്യൂഷ്യസ് അടുക്കളയ്ക്കും കിടപ്പുമുറിക്കുമിടയിലെ പരിമിത ഇടത്തിലേക്ക് ചൈനീസ് സ്ത്രീയെ ചുരുക്കിയെടുത്തു.

പാദം ചുരുക്കൽ (Foot Binding)

ഭൂമിയിലെ ഏറ്റവും സ്ത്രീവിരുദ്ധമായ ആചാരമായിരുന്നു ചൈനയിൽ നൂറ്റാണ്ടുകളോളം നിലനിന്നിരുന്ന 'പാദം ചുരുക്കൽ' സമ്പ്രദായം. പ്രായപൂർത്തിയാകുന്നതിനു മുമ്പേ പെൺകുട്ടികളുടെ പാദം ചുരുക്കുക എന്നത് രക്ഷകർത്താക്കളുടെ, വിശിഷ്യ അമ്മയുടെ ധാർമ്മിക ഉത്തരവാദിത്വമായാണ് കരുതിപോന്നത്.

പത്താം നൂറ്റാണ്ടു മുതല്ക്കേ മനുഷ്യത്വ വിരുദ്ധമായ ഈ ആചാരം നിലനിന്നിരുന്നുവത്രേ. ചെറിയ പാദങ്ങൾ സൗന്ദര്യത്തിന്റെ ലക്ഷണമാണെന്ന് വിശ്വസിച്ചാണ് പാദം ചുരുക്കൽ സമ്പ്രദായത്തെ സ്ത്രീകൾക്കുമേൽ അടിച്ചേല്പിച്ചത്. മൂന്നിനും ഏഴിനും ഇടയിൽ പ്രായമുള്ള പെൺകുട്ടികളെയാണ് പാദം ചുരുക്കലിന് വിധേയരാക്കിയിരുന്നത്. ചെറുവിരലും അതിനടുത്ത രണ്ടു വിരലുകളും തകർത്ത് എല്ലുകൾ പൊട്ടിക്കുകയാണ് പാദം ചുരുക്കൽ. ഇടുങ്ങിയ, പ്രത്യേകം നിർമ്മിക്കപ്പെട്ട ഷൂസിലേക്ക് ഇങ്ങനെ വിരലുകൾ തകർത്ത കാൽ ബലമായി തിരുകിക്കയറ്റും. ('ലോട്ടസ് ഷൂ' എന്നായിരുന്നു ഈ ഷൂസുകൾക്ക് പറഞ്ഞിരുന്നത്) രണ്ടു വർഷക്കാലത്തോളം നിരന്തരം പെൺകുട്ടി ഈ ഷൂസുപയോഗിക്കണം. വേദനയോ, കാലിലുണ്ടാകുന്ന മുറിവുകളോ പരിഗണിച്ചിരുന്നില്ല. അകത്തേക്ക് ചുരുങ്ങുന്ന പാദം രണ്ട് വർഷങ്ങൾ കഴിയുമ്പോൾ മൂന്ന് ഇഞ്ച് വലുപ്പത്തിലേക്ക് ചുരുങ്ങും. ചുരുങ്ങിയ പാദങ്ങൾ വളരുമെന്ന ഭയത്താൽ പെൺകുട്ടികളുടെ പാദങ്ങളിൽ പൂട്ടിട്ടു നടക്കേണ്ട അവസ്ഥയുണ്ടാകും. ചിലപ്പോൾ വർഷങ്ങളോളം അവളീ നടത്തം തുടരേണ്ടി വരും.

വിചിത്രമെന്ന് തോന്നാവുന്ന ഈ ആചാരം പുരുഷാധിപത്യത്തിന്റെ വിദഗ്ദ്ധമായ സ്ത്രീവിരുദ്ധതന്ത്രമായിരുന്നു. പാദം ചുരുങ്ങിയ പെണ്ണിന് സഞ്ചാരം പ്രയാസമാണ്. നടക്കുമ്പോൾ കാലുകളിൽ മാത്രമല്ല ഉടലാകെ അവൾക്ക് വേദനിക്കും. ഗൃഹാന്തരീക്ഷത്തിൽ സ്ത്രീയെ തളയ്ക്കാനും സാമൂഹിക ജീവിതം ഇല്ലാതാക്കാനും പുരുഷ സമൂഹം കണ്ടെത്തിയ മാർഗ്ഗമായി

രുന്നു പാദം ചുരുക്കലിന്റേത്. അതുകൊണ്ടുതന്നെ പാദം ചെറുതാക്കലിന് സ്ത്രീയുടെ സഞ്ചാരസ്വാതന്ത്ര്യത്തിന്റെ തിരസ്കാരമെന്നും അർത്ഥമുണ്ട്.

പാദം ചുരുക്കൽ പലപ്പോഴും പെൺകുട്ടികളുടെ മരണത്തിനു കാരണമായി. അശാസ്ത്രീയമായ രീതിയിൽ വിരലുകൾ തകർക്കപ്പെടുമ്പോൾ പലപ്പോഴും കാലിലേക്കുള്ള രക്തയോട്ടം നിലയ്ക്കുകയും കാല്പാദം മുറിച്ചുകളയേണ്ട അവസ്ഥയുണ്ടാവുകയും ചെയ്യും. നഗരങ്ങളിലെ സ്ത്രീകളേക്കാൾ ഗ്രാമങ്ങളിലെ നിരക്ഷരരായ സ്ത്രീകളെയാണ് പാദം ചുരുക്കൽ ഗണ്യമായി ബാധിച്ചത്. സ്ത്രീയുടെ ലൈംഗിക സ്വാതന്ത്ര്യത്തെയും പാദം ചുരുക്കൽ പ്രതികൂലമായി ബാധിച്ചു. കിടപ്പറയിലെ സ്ത്രീകളുടെ ചലനശേഷി, ലൈംഗിക താല്പര്യം എന്നിവ ദുർബ്ബലപ്പെടുത്താനും സാമൂഹിക ജീവിതത്തിലെന്നപോലെ രതിയിലും സ്ത്രീയെ നിശ്ചലമാക്കുക വഴി പുരുഷനു കൂടുതൽ ആനന്ദം അനുഭവിക്കാനാകുമെന്നുമുള്ള വിചിത്രമായ വിശ്വാസമാണ് ഭൂതകാലത്തിൽ ചൈനീസ് സമൂഹം പുലർത്തിയിരുന്നത്.

വലിയ കാല്പാദം അശ്ലീലവും വിരൂപവുമാണെന്നായിരുന്നു പൊതുധാരണ. മകളുടെ കാല്പാദം ചെറുതാക്കാൻ മുൻകൈയെടുക്കാൻ തയ്യാറാകാത്ത അമ്മ മകളോടു ചെയ്യുന്നത് കൊടിയ പാപമാണെന്ന് വിശ്വസിച്ചു പോന്നു. കാരണം, വലിയ പാദങ്ങളോടുകൂടിയ പെണ്ണിന് നല്ല വിവാഹജീവിതമുണ്ടാകില്ല. അവളുടെ സാമൂഹിക പദവി സ്ത്രീകൾക്കിടയിൽപ്പോലും അപ്രധാനീകരിക്കപ്പെടും.

എല്ലാ സ്ത്രീകളും പാദം ചെറുതാക്കേണ്ടിയിരുന്നില്ല. അഞ്ചു വംശത്തിലെ സ്ത്രീകൾ ഈ പ്രാകൃതാചാരത്തിൽനിന്നും സംരക്ഷിക്കപ്പെട്ടു. എന്നാൽ പാദം ചെറുതാക്കാത്ത സ്ത്രീകൾ എല്ലായ്പ്പോഴും വിവേചനത്തിന് വിധേയമായി. സമൂഹം അവരെ 'ചീത്ത' പെണ്ണുങ്ങളായി പരിഗണിച്ചുപോന്നു.

19-ാം നൂറ്റാണ്ടിന്റെ അവസാനവും ഇരുപതാം നൂറ്റാണ്ടിലുമായി

നടന്ന സാമൂഹിക പരിഷ്കരണത്തിന്റെ ശ്രമഫലമായാണ് ഈ ആചാരം ദുർബ്ബലപ്പെട്ടു തുടങ്ങിയത്. ജനകീയ ഗവൺമെന്റ് 1949 ൽ അധികാരത്തിലെത്തിയതോടെ പാദം ചുരുക്കൽ പൂർണ്ണമായും നിരോധിക്കപ്പെട്ടു.

ചൈനയിൽ അർദ്ധ കൊളോണിയൽ - അർദ്ധനാടുവാഴിത്വ വ്യവസ്ഥ നിലനിന്നിരുന്ന കാലത്ത് സ്ത്രീകൾ യാതൊരുവിധ പൗരാവകാശങ്ങളും അനുഭവിച്ചിരുന്നില്ല. തൊഴിലിടങ്ങളിലും വിദ്യാഭ്യാസത്തിലും പേരിനു പോലും സ്ത്രീ പ്രാതിനിധ്യം അക്കാലത്തുണ്ടായിരുന്നില്ല. എന്നാൽ 17, 18 നൂറ്റാണ്ടുകളിൽ സ്ത്രീകൾ പുസ്തകപ്രസാധന രംഗത്ത് പ്രവർത്തിച്ചിരുന്നതിന് തെളിവുകളുണ്ട്. ഇതൊരു വൈചിത്ര്യമായി തോന്നാമെങ്കിലും ചൈനയിലെ സ്ത്രീജിവിതം മുന്നേറ്റങ്ങൾ നടത്തിയ സംഘടിത ശ്രമങ്ങൾക്കൊപ്പമല്ലാതെ, ഒറ്റപ്പെട്ടതായ പൊളിച്ചെഴുത്തുകൾ പല മേഖലകളിലും പലകാലത്തായി നടന്നിട്ടുണ്ട് എന്നു തന്നെയാണ് ചരിത്രകാരന്മാർ പറയുന്നത്.

19-ാം നൂറ്റാണ്ടിന്റെ അവസാനം ചൈനയിൽ പരമ്പരാഗത മൂല്യങ്ങളിലധിഷ്ഠിതമായ സ്ത്രീ-പുരുഷ ബന്ധങ്ങളുടെ പൊളിച്ചെഴുത്ത് നടന്നു. സ്ത്രീകളുടെ സാമൂഹിക അവകാശങ്ങൾക്കായി ബൗദ്ധികപ്രസ്ഥാനങ്ങൾ ഇക്കാലയളവിൽ ഉടലെടുത്തു. 'നവസ്ത്രീ'യെപ്പറ്റിയുള്ള സങ്കല്പം ഇക്കാലയളവിലാണ് ചൈനയിൽ പ്രചാരം നേടുന്നത്.

The Ladies, The New Women, New Youth എന്നീ സ്ത്രീപക്ഷ മാസികകൾ അക്കാലത്ത് ചൈനീസ് നഗരങ്ങളിൽ പ്രചുരപ്രചാരം നേടി. തൊഴിലെടുക്കുന്ന, സാമ്പത്തിക സ്വാശ്രയത്വവും വിദ്യാഭ്യാസമുള്ള ചൈനീസ് നവ സ്ത്രീയെപ്പറ്റിയുള്ള കാഴ്ചപ്പാടുകളെ ബലപ്പെടുത്താൻ ഫെമിനിസ്റ്റ് സ്വഭാവമുള്ള ഈ മാസികകൾ സഹായിച്ചു.

മുടി ബോബ് ചെയ്ത പെൺകുട്ടികളെപ്പോലും സംശയദൃഷ്ടിയോടെ നോക്കിയിരുന്ന സദാചാര ബോധത്തിന് പതുക്കെ തിരശ്ശീല വീഴുകയായിരുന്നു. നവ ചൈനീസ് സ്ത്രീയെന്ന ആശയം മുന്നോട്ടുവന്നപ്പോൾ ഇബ്സന്റെ *പാവവീടി*ലെ 'നോറ' സ്ത്രീ വിമോചനത്തിന്റെ മാതൃകയായി പരിഗണിക്കപ്പെട്ടു. *പാവവീടി*ന്റെ ഒടുവിൽ ഭർത്താവിനെയും കുട്ടികളെയും വീടു തന്നെയും ഉപേക്ഷിച്ച് 'നോറ' സ്വാതന്ത്ര്യ പ്രഖ്യാപനം നടത്തുന്നുണ്ട്. നോറയെ മാതൃകാ സ്ത്രീയായി വായിച്ചതിൽ ഏറിയപങ്കും നഗരസ്ത്രീകളായിരുന്നു. 1949 വരെ ചൈനയിലെ സ്ത്രീജീവിതത്തിൽ വന്ന മാറ്റങ്ങൾ നഗരകേന്ദ്രീകൃതമായിരുന്നു.

ജനകീയ ജനാധിപത്യ ചൈനയിലെ സ്ത്രീ

ലിംഗ സമത്വത്തിന്റെ വക്താവായിരുന്നു മാവോ. കമ്യൂണിസ്റ്റ് പാർട്ടി അധികാരത്തിലേറിയ ശേഷം സ്ത്രീശാക്തീ കരണ നയരൂപീകരണങ്ങൾ ഊർജ്ജസ്വലമായി നടന്നു. സ്ത്രീ ശാക്തീകരണം ലാഘവത്വത്തോടെ പ്രയോഗത്തിൽ വരുത്താവുന്ന വിധമായിരുന്നില്ല ചൈനയിലെ സാഹചര്യങ്ങൾ. നൂറ്റാണ്ടുകളായി ചൈനീസ് പൊതുബോധത്തിൽ വേരാഴ്ത്തിയിരുന്ന പുരുഷാധിപത്യ പ്രവണതകളെ നിരാകരിക്കേണ്ടിയിരുന്നു. 1937 ലെ ജപ്പാൻ യുദ്ധത്തിന്റെ ഇരകളായിരുന്നു ചൈനയിലെ സ്ത്രീകൾ. യുദ്ധത്തിന്റെ ആഘാതങ്ങളിൽനിന്ന് 1949 ലും അവർ പൂർണ്ണ മോചനം നേടിയിരുന്നില്ല. ചൈനയ്ക്കെതിരായ ജപ്പാന്റെ യുദ്ധത്തിൽ മൂന്നു കോടിയോളം ജനങ്ങളെയാണ് കശാപ്പ്

ചെയ്തത്. അതിൽ ഭൂരിപക്ഷവും സ്ത്രീകളായിരുന്നു. ജപ്പാൻ പട്ടാളക്കാർ ഇരുപതിനായിരത്തോളം സ്ത്രീകളെയാണ് മാനഭംഗപ്പെടുത്തിയത്. ഈ സാഹചര്യത്തിലാണ് മാവോ സ്ത്രീമുന്നേറ്റ പ്രക്രിയയ്ക്ക് ദിശാബോധം നല്കാൻ പരിപാടികൾ ആസൂത്രണം ചെയ്തത്.

വൻമാർച്ചിൽ കർഷകർക്കും തൊഴിലാളികൾക്കുമൊപ്പം സ്ത്രീകളെയും അണിനിരത്താൻ മാവോയ്ക്കു സാധിച്ചിരുന്നു. ചൈനയിലെ പുരുഷന്മാരുടെ മാത്രമല്ല സ്ത്രീകളുടെ കൂടി നേതാവായി വൻമാർച്ചിലൂടെ മാവോ മാറി.

സ്ത്രീകൾ ഭൂസ്വത്തിനുള്ള അവകാശം നേടിയതും വിവാഹമോചനത്തിനുള്ള അർഹത നേടിയതും മാവോയുടെ കാലത്താണ്. കാൽചെറുതാക്കൽ പൂർണ്ണമായി നിരോധിക്കാൻ അദ്ദേഹം നടപടികൾ സ്വീകരിച്ചു. ലിംഗസമത്വം ഉറപ്പാക്കാനായി സ്ത്രീ വിദ്യാഭ്യാസവും ശക്തമായ ബോധവല്ക്കരണവും ഉറപ്പാക്കിയ മാവോ, ബഹുഭാര്യാത്വം, വേശ്യാവൃത്തി എന്നിവ നിയമവിരുദ്ധമായി പ്രഖ്യാപിച്ചു. 1951 ൽ വിവാഹനിയമം

പാസാക്കി കമ്യൂണിസ്റ്റ് ഗവൺമെന്റ് സ്ത്രീ പുരുഷ സമത്വം ഉറപ്പാക്കി.

'ആൾ ചൈന വിമൺസ് ഫെഡറേഷൻ' പോലുള്ള സംഘടനകളും ഈ കാലയളവിൽ സ്ത്രീകളുടെ അവകാശ സംരക്ഷണത്തിനായി രൂപം കൊണ്ടു. ഒറ്റ കുട്ടിനയം നടപ്പിലാക്കിയത് സ്ത്രീയുടെ ഉല്പാദനക്ഷമതയും സാമൂഹിക ചലനാത്മകതയും വർദ്ധിപ്പിച്ചു. വർത്തമാന ചൈനയിൽ സ്ത്രീ അനുഭവിക്കുന്ന വിപ്ലവാത്മകമായ സ്വാതന്ത്ര്യവും ലിംഗ സമത്വവും കമ്യൂണിസ്റ്റ് ഗവൺമെന്റുകളുടെ വിജയമാണെന്ന് വിമർശകർ പോലും സമ്മതിക്കുന്നുണ്ട്.

എന്നാൽ, മാറിയ സാഹചര്യങ്ങളിൽ സ്ത്രീകൾക്കെതിരായ പുതിയ വെല്ലുവിളികൾ തുടർന്നുവരുന്നുണ്ട്. ലൈംഗികവസ്തു എന്ന നിലയിലേക്ക് സ്ത്രീപദവി അധഃപതിക്കാനുള്ള സാദ്ധ്യതയേറെയാണ്. തായ്ലാന്റ് പോലെയുള്ള രാജ്യങ്ങളിൽ സംഭവിച്ചതുപോലെ സെക്സ് ടൂറിസത്തിന്റെ ഇരകളാകാതെ സ്ത്രീകളെ സംരക്ഷിക്കാൻ ഗവൺമെന്റ് ബദ്ധശ്രദ്ധ ചെലുത്തേണ്ടതുണ്ട്. പാതിയാകാശത്തെ ചുമക്കുന്നവർ, ചൈനയെ ലോകത്തിനുമുന്നിൽ സ്ത്രീ ശാക്തീകരണത്തിന്റെ ശക്തമായ പ്രതീകമായി പ്രതിഷ്ഠിക്കുമ്പോൾ, പ്രവർത്തനങ്ങളിൽ തുടർച്ചയും നവീകരണവും ഉറപ്പാക്കാൻ സ്ത്രീപക്ഷവീക്ഷണം പുലർത്തുന്ന കമ്യൂണിസ്റ്റ് പാർട്ടിക്കും ഗവൺമെന്റിനും കഴിയും എന്നുതന്നെ വിശ്വസിക്കാം.

ആഗോളീകരണ കാലത്തെ കമ്യൂണിസ്റ്റ് ചൈന

ചീനയാത്ര വ്യത്യസ്തവും സക്രീയവും സചേതനവുമായ ഒരനുഭവമാണ് സമ്മാനിച്ചത്. പത്തുദിവസത്തെ ചൈന സന്ദർശനം കമ്യൂണിസ്റ്റ് ചൈനയെപ്പറ്റി കൂടുതലറിയുന്നതിനപ്പുറം സിദ്ധാന്തവും പ്രയോഗവും തമ്മിലുള്ള പാരസ്പര്യ ബന്ധം മനസ്സിലാക്കാൻ അവസരമൊരുക്കി.

ചൈന ലോകത്തെ അഞ്ച് കമ്യൂണിസ്റ്റ് രാജ്യങ്ങളിലൊന്നാണ്. അഞ്ച് രാജ്യങ്ങളിലൊന്ന് എന്ന വിശേഷണത്തിനപ്പുറം, കമ്യൂണിസ്റ്റ് ഭരണകൂടം ഏറ്റവും ജനകീയമായ രീതിയിൽ പ്രത്യയശാസ്ത്രപദ്ധതികൾ നടപ്പിലാക്കുന്ന രാജ്യമാണ് ചൈന. അമേരിക്കയോടൊപ്പം ചൈനയും ലോക സാമ്പത്തിക ശക്തിയായി മാറുന്നത് ക്യാപിറ്റലിസത്തിന്റെയും മുതലാളിത്ത കുത്തകകളുടെയും നിലനില്പിന് വളരെ വലിയ വെല്ലുവിളിയാണെന്നാണ് സാമ്പത്തിക വിദഗ്ദ്ധരുടെ പക്ഷം. ജി ഡി പി നിരക്കിലും ആളോഹരിവരുമാനത്തിലും ഓരോ വർഷവും മുന്നേറുന്ന ചൈന മനുഷ്യ വികസന സൂചിക പ്രകാരവും പാശ്ചാത്യ മുതലാളിത്ത ശക്തികളോട് മത്സരിക്കുന്നു. ചൈന ആഗോളവല്ക്കരണ നയങ്ങളുടെ കുഴലൂത്തുകാരായി സോഷ്യലിസ്റ്റ് സമ്പദ്ഘടനയെ മുതലാളിത്ത പ്രത്യയശാസ്ത്രത്തിന് പണയം വച്ചു എന്ന ആരോപണം മുനകൂർപ്പിച്ചത് ചൈന ഇക്കാലയളവിൽ കൈവരിച്ച വികസനത്തിന്റെ പശ്ചാത്തലത്തിൽ വേണം വിലയിരുത്താൻ. യഥാർത്ഥത്തിൽ സാമ്പത്തിക നയങ്ങളിൽ ചൈന പിന്തുടരുന്നത് മാക്സിസ്റ്റ് സോഷ്യലിസ്റ്റ് പാരമ്പര്യം തന്നെയാണോ? വലതുപക്ഷ വിമർശകർ മുന്നോട്ടുവയ്ക്കുന്ന ആരോപണം പോലെ, ചൈന ആഗോളവല്ക്കരണനയങ്ങളുടെ കുഴലൂത്തുകാരാണോ?

വളരെ വർഷങ്ങൾക്കുമുമ്പ് സ്കൂൾ പഠനകാലയളവിലോ മറ്റോ *ഭാഷാപോഷിണി* മാസികയിൽ എം മുകുന്ദൻ ചൈനയുടെ ആഗോള

വല്ക്കരണ സമീപനത്തെ സംബന്ധിച്ചെഴുതിയ ലേഖനം വായിച്ചതിന്റെ ഓർമ്മ ഇപ്പോഴുമുണ്ട്. ഇങ്ങനെ അനേകം സംശയങ്ങൾ കേരളത്തിലെ പ്രബുദ്ധ സമൂഹത്തിനുപോലുമുണ്ട് എന്നതാണ് യാഥാർത്ഥ്യം. ചൈനീസ് യാത്രയ്ക്കു മുമ്പുതന്നെ ഈ സംശയങ്ങൾക്ക് വസ്തുനിഷ്ഠമായ ഉത്തരം കണ്ടെത്താൻ പാകത്തിൽ യാത്രയെ വളർത്തണമെന്ന് ഞാൻ തീരുമാനിച്ചിരുന്നു.

യാത്രകളിലുടനീളം അനുഭവപ്പെട്ടത് വികസനത്തെ ചുംബിക്കാൻ ചൈന നടത്തുന്ന ശ്രമങ്ങളുടെ ആഴവും പരപ്പവുമായിരുന്നു. ചീന സന്ദർശനത്തിലെ ആദ്യദിനങ്ങളിൽ തന്നെ ഞങ്ങൾ എത്തിയ യുനാൻ പ്രവിശ്യയിലെ കുമിങ് നഗരം പൂർണ്ണാർത്ഥത്തിൽ വികസിതമായ ഒരു പ്രദേശം തന്നെ. മ്യാൻമാർ, വിയറ്റ്നാം, ലാവോസ് എന്നീ മൂന്നു രാജ്യങ്ങളുമായി അതിർത്തി പങ്കിടുന്ന യുനാൻ പ്രവിശ്യ 2000 വർഷങ്ങളുടെ പാരമ്പര്യമുള്ള കച്ചവട കേന്ദ്രമാണ്. യുനാൻ പ്രവിശ്യയിൽ ഇപ്പോൾ 129 കൺട്രികൾ (Countries/Cities/Districts) ആണ് ഉള്ളത്. അതിൽ 29

എണ്ണം ആദിവാസി മേഖലയിൽപ്പെട്ടവയാണ്. 47 മില്യൻ ജനങ്ങൾ വസിക്കുന്ന യുനാൻ ചൈനയിലെ ജനസംഖ്യാ നിരക്കിൽ പന്ത്രണ്ടാം സ്ഥാനത്തു നില്ക്കുന്ന പ്രവിശ്യയാണ്. 889 നദികളുള്ള ഈ പ്രവിശ്യ പ്രകൃതിഭംഗികൊണ്ടും കാലാവസ്ഥാ പ്രത്യേകതകൾകൊണ്ടും 'Colourful Yunan' എന്ന് അറിയപ്പെടുന്നു.

യുനാൻ പ്രവിശ്യ പ്രധാനമായും അഞ്ചു വ്യവസായങ്ങൾ കേന്ദ്രീകരിച്ചാണ് വികസിതപാതയിലേക്ക് നീങ്ങുന്നത്. ടുബാക്കോ (Tobacco), ടൂറിസം (Tourism), ഖനനം (Minning), വൈദ്യുതി (Electric Power), ജൈവവൈവിദ്ധ്യങ്ങൾ (Biological Resource Development) എന്നീ അഞ്ചു വ്യവസായങ്ങളാണ് (Five Pillar Industries) ചൈനീസ് സമ്പദ്ഘടനയെ നിർണ്ണയിക്കുന്നത്.

ഇന്ത്യയും പാശ്ചാത്യ രാജ്യങ്ങളും പൂർണ്ണമായും ആഭ്യന്തര വിപണിയെ അതിരുകളും അരുതുകളുമില്ലാത്ത ക്രയവിക്രയങ്ങൾക്കായി തുറന്നു കൊടുക്കുകയും പരമാധികാരമടക്കം സ്റ്റേറ്റിന്റെ അഭിവാജ്യഘടകങ്ങളെ വിപണി മൂലധനശക്തികൾക്ക് വിധേയപ്പെടുത്തുകയും ചെയ്തപ്പോൾ സ്വതസിദ്ധമായ, ഇതര രാഷ്ട്രങ്ങളിൽനിന്നും ഭിന്നമായ നയമാണ് ചൈനീസ് കമ്യൂണിസ്റ്റ് പാർട്ടി സ്വീകരിച്ചത്. വർദ്ധിച്ച ജനസംഖ്യയുള്ള രാഷ്ട്രമെന്ന നിലയിൽ വൻതോതിലുള്ള സാമ്പത്തിക മുന്നേറ്റം, തൊഴിലുല്പാദനം, ദാരിദ്ര്യനിർമ്മാർജ്ജനം ഒക്കെ അനിവാര്യമായിരുന്നു. ആഭ്യന്തര വിപണിയുടെ സുരക്ഷ ഉറപ്പാക്കിക്കൊണ്ടു തന്നെ ലോക വിപണിയുമായി ചൈനീസ് വിപണിയെ കൂട്ടിയിണക്കാൻ ഭരണകൂടത്തിനു സാധിച്ചു. ഇന്ന് ലോകവിപണിയുടെ നല്ലൊരു പങ്കും ചൈനീസ് ഉല്പന്നങ്ങൾ കൈയടക്കി കഴിഞ്ഞു. വർദ്ധിച്ച മനുഷ്യവിഭവശേഷിയും ഉയർന്ന സാങ്കേതിക പരിജ്ഞാനവും ചൈനയുടെ എക്കാലത്തെയും സമ്പാദ്യമാണ്. ഇവ രണ്ടും ഫലപ്രദമായി വിനിയോഗിക്കപ്പെട്ടപ്പോൾ താരതമ്യേന കുറഞ്ഞ ചെലവും കൂടിയ നിലവാരവുമുള്ള ചൈനീസ് ഉല്പന്നങ്ങൾ ആഗോളവിപണി കീഴടക്കി. ഇന്ന് ഇന്ത്യൻ വിപണിയിൽ മാത്രമല്ല, അമേരിക്കയും, യു കെയും അടക്കമുള്ള മുതലാളിത്ത പാശ്ചാത്യ വിപണികളിൽപ്പോലും ചൈനീസ് ഉല്പന്നങ്ങൾ അവഗണിക്കാനാവാത്ത സ്വാധീന ശക്തികളാണ്.

പരിസ്ഥിതിക്ക് കോട്ടം വരുത്താതെ വികസനം നടത്തുന്ന രീതിക്ക്

കുമിങ് മാതൃകയാണ്. കുമിങ് അറിയപ്പെടുന്നത് സിറ്റി ഓഫ് ഫ്ളോറാ (City of Flora) എന്നാണ്. അവിടെ 460 സ്പീഷ്യസ് പൂക്കൾ കൃഷി ചെയ്യുന്നു. 35 രാജ്യങ്ങളിലേക്ക് കയറ്റുമതി നടത്തുന്ന ഒരു വ്യവസായ മാണിത്. ആഗോളവല്ക്കരണ കാലത്തും മണ്ണിനെയും പരിസ്ഥിതി യെയും സംരക്ഷിച്ചുകൊണ്ടുള്ള വികസനമാണ് കുമിങ്ങിൽ കാണാൻ കഴിഞ്ഞത്.

ഇന്ത്യയടക്കം മിക്ക രാജ്യങ്ങൾക്കും ആഗോളവല്ക്കരണ നയങ്ങളെ പ്രായോഗികമാക്കുന്നതിൽ സംഭവിച്ച പിഴവുകളുടെ ഫലമായി ആഭ്യ ന്തര വിപണി ദുർബ്ബലമാകുന്ന സ്ഥിതി വിശേഷമുണ്ടായി. തൊഴിലില്ലായ്മ രൂക്ഷമാവുകയും, ആഭ്യന്തര കാർഷിക, ചെറുകിട, വ്യാവസായിക മേഖ ലകൾ പിന്നോട്ടു പോവുകയും ചെയ്തത് ഇന്ത്യയെ സംബന്ധിച്ചിട ത്തോളം പൂർണ്ണാർത്ഥത്തിൽ ആഭ്യന്തര വിപണി ലോക വിപണിക്കായി തുറന്നു കൊടുത്തതിനാലായിരുന്നു. ആഭ്യന്തര വിപണിക്ക് ശക്തമായ വിദേശ വിപണിയോട് മത്സരിക്കാൻ കഴിയില്ലെന്ന പ്രാഥമികജ്ഞാനം നമുക്കില്ലാതെ പോയി. ചൈനയാകട്ടെ ആഭ്യന്തര വിപണിക്കാവശ്യമായ സുരക്ഷ ഉറപ്പാക്കിക്കൊണ്ട്, പടിപടിയായി ആഭ്യന്തര വിപണിക്ക് ലോക നിലവാരമുറപ്പാക്കുകയും, ആഗോളവിപണിയോട് മത്സരിക്കുകയുമായി രുന്നു ചെയ്തത്. സോഷ്യലിസത്തിന്റെ പ്രാഥമിക തത്ത്വങ്ങൾ മുറുകെ പിടിച്ചുകൊണ്ട്, തൊഴിലാളികളുടെ ക്ഷേമവും നിലനില്പും ഉറപ്പാക്കി ക്കൊണ്ട് വികസനത്തിന്റെ പുതിയ രീതിശാസ്ത്രമാണ് ചൈന മുന്നോട്ടുവച്ചത്.

ചൈന ആഗോളവല്ക്കരണത്തെ നേരിട്ടത് വിധേയപ്പെടലിന്റെ മനഃശാസ്ത്രത്തിലൂന്നിയായിരുന്നില്ല. മറിച്ച്, വിമർശനാത്മകമായ കൊടു ക്കൽവാങ്ങലുകളിലൂടെയായിരുന്നു. വികസനത്തിന്റെ ഒരു വാതിൽ തുറ ന്നിട്ടപ്പോൾ തന്നെ, മറ്റുവാതിലുകൾ സോഷ്യലിസ്റ്റ് സാമ്പത്തിക അജ ണ്ടകളുടെ സുരക്ഷയ്ക്കായി അടച്ചുവയ്ക്കാൻ ചൈന മറന്നില്ല. ആഗോ ളീകരണത്തിന്റെ സാമ്പത്തിക മാറ്റത്തെ അംഗീകരിച്ചപ്പോൾ തന്നെ രാഷ്ട്രീയമായ അതിന്റെ വ്യാപനത്തെ ചൈന പഴുതുകളടച്ച് പ്രതിരോ ധിച്ചു. ഇന്ത്യയിൽ ജനാധിപത്യം ശതകോടീശ്വരന്മാരുടെ നിലനില്പി ന്റെയും അതിജീവനത്തിന്റെയും പ്രത്യയശാസ്ത്രമായി അധഃപതിച്ചത് ആഗോളവല്ക്കരണത്തിന്റെ രാഷ്ട്രീയമുന്നേറ്റത്തിന്റെ ജീർണ്ണപരിസ്ഥി തിയുടെ ഒരു മുഖമാണ്. ചൈനയിലാകട്ടെ, ഇന്നും ഭരണകൂടം ജനകീ യാടിത്തറയിൽനിന്നുകൊണ്ട് സാമൂഹിക ക്ഷേമത്തിന്റേതായ ബാദ്ധ്യ തകൾ നിറവേറ്റുകയും, പൗരന്റെ ജീവിതനിലവാരം മെച്ചപ്പെടുത്തേണ്ട ഉത്തരവാദിത്വം സാക്ഷാൽക്കരിക്കുകയുമാണ് ചെയ്യുന്നത്. ആഗോള കമ്പ നിയായ ഫിലിം കൊഡാക് (Kodak) നിർമ്മാണത്തിൽ ലോകവിപണിയെ കീഴടക്കിയ കാലത്ത്, ചൈനയിൽ തദ്ദേശീയമായ സാങ്കേതിക വിദ്യ ഉപയോഗിച്ച് കൊഡാക്കിന്റെ ഫിലിമിനേക്കാൾ ഉയർന്ന നിലവാരത്തിലും കുറഞ്ഞ വിലയിലും ഫിലിം നിർമ്മിച്ചാണ് ചൈന പ്രതിരോധം തീർത്തത്.

ചൈനയിൽ വിപണി ലഭിക്കാതെ ഒടുവിൽ കൊഡാക്കിന് പിൻവാങ്ങേണ്ടിവന്നു. ഇതേ തന്ത്രമാണ് ഇക്കാലത്തും ചൈന ഫലപ്രദമായി നടപ്പിലാക്കുന്നത്.

ബീജിങ്ങിൽ എത്തിയപ്പോൾ ഞങ്ങൾക്ക് പൂർണ്ണ വികസിതമായ നഗരത്തിന്റെ എല്ലാ വശങ്ങളും കാണാൻ കഴിഞ്ഞു. അവിടുത്തെ അംബരചുംബികളായ വ്യവസായ സ്ഥാപനങ്ങൾ, രാത്രിയിലും സജീവമാകുന്ന മാളുകൾ, കൂറ്റൻ വിപണന കേന്ദ്രങ്ങൾ ഒക്കെ ചില യൂറോപ്പിയൻ നഗരങ്ങൾക്ക് സമാനമാണ്. പരിസരമലിനീകരണം ബീജിങ് നേരിട്ട പ്രശ്നങ്ങളിൽ ഒന്നായിരുന്നു എന്ന് ഗൈഡ് സൂചിപ്പിച്ചു. അതിൽ നിന്നു മോചനം നേടാൻ അവർ ഇന്ന് വിവിധ മാർഗ്ഗങ്ങൾ സ്വീകരിക്കുന്നു. റോഡുകളിൽ ഇലക്ട്രിക് വാഹനങ്ങളാണ് അധികവും. ഇലക്ട്രിക് സ്കൂട്ടറുകളുടെ നീണ്ട നിര തന്നെ റോഡുകളിൽ ഉണ്ട്. ഹെൽമെറ്റ് ധരിച്ചുള്ള ഇരുചക്രയാത്ര നിർബ്ബന്ധമല്ല. വഴിയരുകുകളിൽ വൻവൃക്ഷങ്ങൾ

നടുന്ന കാഴ്ചകൾ ഞങ്ങൾ കണ്ടു. ചെറു വൃക്ഷങ്ങൾ നട്ടു പരിപാലിക്കുന്നതിനേക്കാൾ വളർന്ന വൃക്ഷങ്ങൾ വഴിയരുകിൽ നടുന്നതാണ് നഗരവഴിയോരങ്ങളിൽ കൂടുതൽ സ്വീകരിക്കുന്ന രീതിയെന്ന് ഗൈഡ് സൂചിപ്പിച്ചു.

സോഷ്യലിസ്റ്റ് മാർക്കറ്റ് എക്കോണമിയെ ഫലപ്രദമായി നടപ്പിലാക്കിയ ആദ്യ രാജ്യം ചൈനയാണെന്ന് പറയാം. അടുത്തകാലത്തുണ്ടായ വളർച്ചാനിരക്ക് കാത്തുസൂക്ഷിക്കാനായാൽ ഏതാനും വർഷങ്ങൾക്കുള്ളിൽ അമേരിക്കയെ മറികടന്ന് ലോകത്തിലെ ഒന്നാമത്തെ സാമ്പത്തിക ശക്തിയാകാൻ ചൈനയ്ക്കു കഴിയും. കഴിഞ്ഞ മൂന്ന് ദശകങ്ങളിൽ ചൈനയിൽ വാർഷികവളർച്ച പത്ത് ശതമാനമടുപ്പിച്ചാണ്. 2011 ലെ

ചൈനയുടെ മൊത്ത ആഭ്യന്തര ഉല്പാദനം 4.91 മില്യൺ യു എസ് ഡോളറിന് തുല്യമാണ്.

പ്രത്യേക സാമ്പത്തികമേഖലയിൽ വിദേശമൂലധനം, സാങ്കേതിക വിദ്യകൾ നവീകരിക്കാനുള്ള അവസരമൊരുങ്ങി. തീരുവ കുറച്ചതോടെ, വിദേശനിക്ഷേപം വർദ്ധിച്ചു. അതേ സമയം തന്നെ സ്റ്റേറ്റ് അധീനതയിൻ കീഴിലുള്ള സംരംഭങ്ങൾക്ക് ഉയർന്ന സബ്സിഡി ഉറപ്പാക്കി. 1990 ൽ ഷാങ്ഹായ് സ്റ്റോക് എക്സ്ചേഞ്ച് (Shangha - Stock Exchange) ആരംഭിക്കുകയും വൈകാതെ ഷെൻസെൻ എക്സ്ചേഞ്ച് പ്രവർത്തനമാരംഭിക്കുകയും ചെയ്തത് സാമ്പത്തിക മേഖലയിൽ പുത്തനുണർവ്വായി. 1904 ൽ പ്രത്യേക സാമ്പത്തിക മേഖലകൾ വ്യാപിപ്പിക്കാൻ തീരുമാനിച്ചതോടെ സാമ്പത്തിക വളർച്ച കുത്തനെ ഉയർന്നു. 2001-03 ൽ ലോക വ്യാപാര സംഘടനയിൽ അംഗമായതോടെ ചൈനയുടെ സാമ്പത്തിക വളർച്ചാ നിരക്ക് വർദ്ധിച്ചു. ഇക്കാലയളവിൽ ഗ്രാമ-നഗര വിടവ് വർദ്ധിച്ചെങ്കിലും ഭരണകൂടം ഫലപ്രദമായ പ്രതിരോധപദ്ധതികൾ തീർത്തു.

ധനകാര്യവികേന്ദ്രീകരണം, ഗ്രാമങ്ങളിൽ കൂടുതൽ വായ്പാ കമ്പോളങ്ങൾ, പാരിസ്ഥിതിക സംരക്ഷണം ഉറപ്പാക്കിക്കൊണ്ടുള്ള വികസന പദ്ധതികൾ തുടങ്ങിയവയിലൂടെ സോഷ്യലിസ്റ്റ് മാർക്കറ്റ് എക്കോണമി ശക്തിപ്പെടുത്താനുള്ള ഉറച്ച തീരുമാനമാണ് 2012 നവംബറിൽ നടന്ന 18-ാമത് ദേശീയ കോൺഗ്രസിൽ കമ്യൂണിസ്റ്റ് പാർട്ടി സ്വീകരിച്ചത്.

പരമാധികാരവും, സോഷ്യലിസ്റ്റ് മൂല്യങ്ങളും, സ്വാശ്രയത്വവും ആഗോള വിപണിയിൽ വില്പനയ്ക്കു വയ്ക്കാതെ തന്നെ ആഗോളസാമ്പത്തിക ശക്തിയാകാം എന്ന് ചൈന ലോകത്തോട് പറഞ്ഞുകൊണ്ടേയിരിക്കുന്നു.

ഭക്ഷണ സ്വാതന്ത്ര്യത്തിന്റെ രാഷ്ട്രം

ഓരോ യാത്രയും വ്യത്യസ്തമാണ്. ചീനാ യാത്ര വ്യത്യസ്താനുഭവങ്ങളുടെ പ്രവാഹമാണ് സമ്മാനിച്ചത്. ചൈനീസ് കമ്യൂണിസ്റ്റ് പാർട്ടി (CPC) അന്താരാഷ്ട്ര വകുപ്പിന്റെ ക്ഷണപ്രകാരം എത്തിയ ഞങ്ങൾക്കിടയിലെ വ്യത്യസ്തതകൾ തന്നെ ശ്രദ്ധേയമായിരുന്നു. വിവിധ പ്രാദേശിക ഇന്ത്യൻ ഭാഷകൾ സംസാരിക്കുന്ന, വ്യത്യസ്ത വസ്ത്രധാരണ രീതിയുള്ള, ഭക്ഷണതാല്പര്യങ്ങളിൽ സമാനതകൾ തീരെയില്ലാത്ത പ്രതിനിധിസംഘത്തിലെ ഏറ്റവും പ്രായം കുറഞ്ഞ അംഗമായിരുന്നു ഞാൻ.

ചൈനയിലെ ഭക്ഷണ രീതി വ്യത്യസ്തതകളുടെ കലവറയാണ്. ലോകത്തിൽ ലഭിക്കാവുന്ന എല്ലാ രുചിഭേദങ്ങളും ചൈനയിലുണ്ട്. ചൈനീസ് റെസ്റ്റോറന്റുകൾ ലോകത്തിന്റെ എല്ലാ ഭാഗത്തും കൂണുപോലെ മുളച്ചുപൊന്തുന്നതിന്റെ കാരണം ചൈനീസ് ഭക്ഷണത്തിന്റെ അപൂർവ്വ രുചിഭേദങ്ങളും വൈവിദ്ധ്യവും തന്നെയാവണം. പാമ്പിനെയും പട്ടിയെയും തിന്നേണ്ടി വരുമോ എന്ന ഭയം ഉള്ളിലൊതുക്കിയാണ് ഞങ്ങൾ ഓരോ തവണയും തീൻമേശയ്ക്കു മുന്നിലെത്തിയിരുന്നത്. ഒരിക്കൽപ്പോലും പാമ്പും പട്ടിയും പൊരിച്ചെടുത്ത മാംസാഹാരമായി ഞങ്ങൾക്കു മുന്നിൽ പ്രത്യക്ഷപ്പെട്ടില്ല. ചൈനീസ് ഭക്ഷണം ഇത്രയേറെ ജനകീയമാകാനുള്ള പ്രധാന കാരണങ്ങളിലൊന്ന് ഭിന്നരുചികളുടെ മേളമാണെങ്കിൽ, മറ്റൊരു പ്രധാന കാരണം ആരോഗ്യകരമായ ചേരുവകളും ഭക്ഷണശീലങ്ങളുമാണ് ചൈനയ്ക്കുള്ളത് എന്നതാണ്. യാത്രയിലെ ഓരോ അന്നാനുഭവവും വിചിത്രവും മനോഹരവുമായിരുന്നു. വിപ്ലവത്തിന്റെ നാട്ടിലെ അന്ന ചിന്തകളെപ്പറ്റി കുറിക്കുന്നതിലെ ഔചിത്യം, ചൈനീസ് സംസ്കാരത്തിന്റെ പരിച്ഛേദമാണ് അവരുടെ ഭക്ഷണക്രമം

എന്നതാണ്. ഭക്ഷണത്തിന്റെ രാഷ്ട്രീയം വലിയ തോതിൽ ചർച്ചയാവുന്ന കാലത്ത് ചൈനയിലെ വൈവിദ്ധ്യമാർന്ന ആഹാരശീലങ്ങളെപ്പറ്റിയും രുചിഭേദങ്ങളെപ്പറ്റിയും സംസാരിക്കുന്നതിൽ പ്രതിരോധത്തിന്റെ രാഷ്ട്രീയം കൂടിയുണ്ട്. ജനാധിപത്യത്തിന്റെ ഇന്ത്യനനുഭവത്തിൽ ആഹാരത്തിലെ വൈവിദ്ധ്യങ്ങളെല്ലാം അസ്തമിച്ചു തുടങ്ങുകയാണ്. ബീഫ് നിരോധനം ആഹാരത്തിന്റെ വൈവിദ്ധ്യവല്ക്കരണത്തെയും ഭക്ഷണസ്വാതന്ത്ര്യത്തെയും ഇല്ലാതാക്കുമ്പോൾ, ഭക്ഷണ വിപ്ലവങ്ങൾ അനിവാര്യമാകുന്നു. കമ്യൂണിസ് ചൈനയിൽ പൗര സ്വാതന്ത്ര്യമില്ലെന്ന് ബൂർഷ്വാ മാധ്യമങ്ങൾ എക്കാലവും വിമർശിച്ചുപോന്നിട്ടുണ്ട്. എന്നാൽ, ചൈന ഉയർത്തിപ്പിടിക്കുന്ന ഭക്ഷണ വൈവിദ്ധ്യം നാം കണ്ടു പകർത്തേണ്ടതുണ്ട്.

ഏഷ്യയിലെ തെക്കുകിഴക്കൻ പ്രദേശങ്ങളിലും, വടക്കേ അമേരിക്ക, വടക്കൻ യൂറോപ്യൻ പ്രദേശങ്ങളിലും, കേരളത്തിലും ചൈനീസ് ഭക്ഷണത്തിന് ഏറെ സ്വീകാര്യതയുണ്ട്. പക്ഷേ, നമ്മൾ 'ചൈനീസ്' എന്നു കരുതി കഴിക്കുന്നതൊന്നും യഥാർത്ഥ ചൈനീസ് ഭക്ഷണവുമായി പുലബന്ധവുമുള്ളതല്ല. ഇവിടെ 'ചൈനീസ്' എന്ന പേരിൽ വില്ക്കപ്പെടുന്ന വിഭവങ്ങളുടെ മസാലകളൊന്നും അവിടെ ഉപയോഗിക്കാറില്ല. രൂക്ഷമായ രുചികൾ ഒഴിവാക്കുന്നത് ആരോഗ്യകരമായ ഭക്ഷണസമ്പ്രദായത്തിന്റെ ഭാഗമായാണ്.

ചൈനക്കാർ നേരത്തേ ഭക്ഷണം കഴിക്കുന്നു. ഏഴരയോടെ പ്രാതൽ കഴിക്കുന്ന അവർ പതിനൊന്നിന് ഉച്ചഭക്ഷണവും രാത്രി എട്ടിനുമുമ്പ് അത്താഴവും കഴിക്കുന്നു. ചൈനയിലെത്തുന്ന സന്ദർശകർക്ക് ഈ സമയക്രമങ്ങളൊന്നും ബാധകമല്ല. നേരത്തേ ആഹാരം കഴിക്കുന്ന ചൈനക്കാരുടെ ശീലം അവരുടെ സംസ്കാരത്തിന്റെ ഭാഗമായാണ് മനസ്സിലാക്കേണ്ടത്.

ഊണു തന്നെയാണ് ചൈനയിലെ പ്രധാന ഭക്ഷണയിനം. ന്യൂഡിൽസ്, പുഴുങ്ങിയ റൊട്ടി എന്നിവയും പ്രധാനമാണ്. പച്ചക്കറികൾ, മത്സ്യം, മാംസം എന്നിവകൊണ്ടുള്ള കറികൾ ഊണിനൊപ്പവും റൊട്ടി

ക്കൊപ്പവും സാധാരണമാണ്. പച്ചക്കറികളേക്കാൾ മത്സ്യ-മാംസ ആഹാരത്തിനാണ് ചൈനയിൽ പ്രാധാന്യം. വിരുന്നുകളിൽ നമുക്കു മുന്നിൽ 30-40 തരം വിഭവങ്ങൾ നിരത്തും. നമ്മുടെ ഇഷ്ടത്തിനനുസരിച്ച് വിഭവങ്ങൾ പ്ലേറ്റിൽ നിരത്താം.

ചൈനീസ് ചായ ജീവിതത്തിലൊരിക്കലെങ്കിലും രുചിച്ചു നോക്കേണ്ട അപൂർവ്വ പാനീയമാണ്. യഥാർത്ഥ ചായയല്ല ഇത്. പലതരം പൂക്കളും പച്ചില മരുന്നുകളുമിട്ട് തിളപ്പിച്ച വെള്ളമാണ് ചൈനയിൽ ചായയായി ഉപയോഗിക്കുന്നത്. പൂക്കൾക്കും ഇലകൾക്കുമൊപ്പം ചിലയിനം സസ്യങ്ങളും ചായയിൽ ചേർക്കാറുണ്ടത്രേ. ശരീരത്തിനും ദഹനത്തിനും ഒരൗഷധം കൂടിയാണ് ചൈനീസ് ചായ. ചൈനയിൽ ചെലവഴിച്ച എല്ലാ ദിവസങ്ങളിലും ഞാൻ രുചിച്ചു നോക്കിയ വിഭവം ചായയായിരുന്നു.

ഭക്ഷണത്തിനു മുമ്പേ സൂപ്പുവിളമ്പുന്ന പാശ്ചാത്യ ശീലം ചൈനയിലുണ്ട്. വിവിധതരം സൂപ്പുകൾ നമുക്ക് മുന്നിലെത്തും. കേട്ടു പരിചയമുള്ള ചിക്കൻ സൂപ്പ്, തക്കാളി സൂപ്പ്, പച്ചക്കറി സൂപ്പ് തുടങ്ങി വെജും നോൺവെജുമായ സൂപ്പ് വിഭവങ്ങൾ വിരുന്നുകളിൽ ഞങ്ങൾക്കു മുന്നിലെത്തി. ചുവന്ന ബീൻസും പഞ്ചാരയും ചേർത്ത് സൂപ്പ് ചൂടോടെ കുടിക്കുന്നതിന് വല്ലാത്ത രുചിയുണ്ട്. സൂപ്പ് കഴിക്കാൻ കളിമണ്ണിലുണ്ടാക്കിയ താഴ്ഭാഗം പരന്ന സ്പൂണുകൾ വിരുന്നുകളിൽ ലഭ്യമായിരുന്നു.

സൂപ്പുകൾ രുചിച്ചു മതിയാകുമ്പോൾ തീൻമേശയിലേക്ക് ചോറും, മത്സ്യ മാംസ പച്ചക്കറി വിഭവങ്ങളും രംഗപ്രവേശം ചെയ്യുകയായി. ചൈന

യിൽ മാത്രം കണ്ടുവരുന്ന പ്രത്യേകതരം സ്പൂണുകളാണ് ലോപ്പ് സ്റ്റിക്ക്. ചെറിയ രണ്ട് കോലുകളാണിത്. ആഹാരത്തോടൊപ്പം നമുക്ക് ഒരു ജോഡി ലോപ്പ് സ്റ്റിക്കുകളും ലഭിക്കും. കൈയുപയോഗിച്ച് ആഹാരം കഴിക്കുന്നത് പാശ്ചാത്യരാജ്യങ്ങളിലെന്നപോലെ സംസ്കാരമില്ലായ്മയുടെ ചിഹ്നമായി തന്നെയാണ് ചൈനയിലും പരിഗണിക്കുന്നത്. ലോപ്പ് സ്റ്റിക്കുകൾ ഉപയോഗിച്ചു ഭക്ഷണ പദാർത്ഥങ്ങൾ എടുത്തു കഴിക്കുക മാത്രമല്ല, അടുത്തിരിക്കുന്ന പാത്രങ്ങളിൽ ആഹാരം പകുക്കുകയും ചെയ്യേണ്ടതുണ്ട്. അതാണ് അവിടുത്തെ മര്യാദ. മത്സ്യവും മാംസവും ലോപ്പ്സ്റ്റിക്കുപയോഗിച്ച് തോണ്ടിയെടുക്കാൻ ആദ്യമൊക്കെ ഏറെ പ്രയാസമായിരുന്നുവെങ്കിലും വളരെ പെട്ടെന്നു തന്നെ ലോപ്പ്സ്റ്റിക്ക് വിദഗ്ദ്ധയാകാൻ എനിക്കു കഴിഞ്ഞു. കോലുപയോഗിച്ചു കഴിക്കുന്നതിനാൽ ചെറിയ കഷണമാക്കിയാണ് പച്ചക്കറികളും മത്സ്യവുമെല്ലാം കറികളിൽ ചേർക്കുന്നത്. കത്തിയും മുള്ളുകളും ആയുധമായാണ് ചീനക്കാർ കരുതുന്നത്. അതിനാൽത്തന്നെ അവ ഉപയോഗിച്ചു ഭക്ഷണം കഴിക്കുന്നത് കാടത്തമാണെന്നവർ വിശ്വസിക്കുന്നു.

ഊണ് കുപ്പിപ്പിഞ്ഞാണങ്ങളിലാണ് വിളമ്പുക. ഊണ് വേണ്ടവർക്ക് അങ്ങനെ, ന്യൂഡിൽസോ റൊട്ടിയോ വേണ്ടവർക്ക് അവരുടെ ഇഷ്ടത്തിനനുസരിച്ചുള്ള ആഹാരം നല്കും. കറികൾ ഒന്നിച്ചാണു വിളമ്പുക. മുഴുവനായാണ് ചൈനയിൽ മത്സ്യം വേവിക്കുകയും ഭക്ഷിക്കാൻ നല്കുകയും ചെയ്യുന്നത്. ലോബ്സ്റ്റൽ, ഒച്ച്, ചിക്കൻ, ലാംബ് തുടങ്ങിയവയും വിഭവങ്ങളിലുണ്ടാകും. ഒച്ചിനെ ഭക്ഷണമായി കരുതാത്തതുകൊണ്ട് ഞാനാ ഭാഗത്തേക്ക് നോക്കിയില്ല. താറാവു വിഭവങ്ങളും വിരുന്നുകളിലുണ്ടാകും. വളരെ സ്വാദിഷ്ടമായ വിഭവമാണിത്. പച്ചക്കറി വിഭവങ്ങൾക്കും കുറവൊന്നുമില്ല. കൂണും മുളങ്കൂമ്പും കാബേജും പിന്റർമെലണും ഉള്ളിത്തണ്ടും, കക്കിരിയും ഒക്കെയാണ് പ്രധാന പച്ചക്കറികൾ. വൈനുകളും വീര്യം കൂടിയതും കുറഞ്ഞതുമായ പലയിനം മദ്യങ്ങളും

ഡിന്നറുകളിൽ സ്ഥിരം വിഭവമാണ്.

പട്ടി, പാമ്പ് വിഭവങ്ങൾ വില്ക്കുന്നതിനു മാത്രമായി ധാരാളം റസ്റ്റോറന്റുകൾ ചൈനയിലുണ്ടെന്ന് അന്വേഷിച്ചപ്പോൾ അറിയാൻ കഴിഞ്ഞു. ചൈനക്കാരുടെ പ്രിയ വിഭവമാണിവ. എന്നാൽ, സാധാരണഗതിയിൽ ഇന്ത്യൻ പ്രതിനിധികൾ പങ്കെടുക്കുന്ന വിരുന്നുകളിൽ ഇമ്മാതിരി വിഭവങ്ങൾ ബോധപൂർവ്വം ഒഴിവാക്കുകയാണ് പതിവ്.

മത്സ്യങ്ങളുടെ വിവിധ വിഭവങ്ങൾ എല്ലാ ഡിന്നറുകളിലുമുണ്ടായിരുന്നു. ചില രാത്രികളിൽ മത്സ്യത്തിന്റെ പത്തിലേറെ വിഭവങ്ങൾ വരെ ഒന്നിച്ചു തന്നു. പലതും രുചിച്ചു നോക്കാനേ കഴിയൂ. മുപ്പതും നാല്പതും വിഭവങ്ങൾ ഒന്നിച്ചു കാണുമ്പോൾ ചിലപ്പോൾ ആഹാരം തന്നെ മടുത്തുപോകുമെന്നും ഞാൻ മനസ്സിലാക്കിയത് ഈ യാത്രയിലാണ്. കടൽ വിഭവങ്ങൾ വിരുന്നുകളിലെ സ്ഥിരം കക്ഷിയാണ്. കടൽ ഭക്ഷണത്തിന്റെ കയറ്റുമതിയിൽ ചൈന വളരെ വേഗം വളർന്നുകൊണ്ടിരിക്കുകയാണ്.

ചൈനയിലെ സാധാരണ ജനങ്ങളുടെ ആഹാരത്തിലും ഇത്ര വൈവിദ്ധ്യത്തോടെയല്ലെങ്കിലും ഈ വിഭവങ്ങളെല്ലാം കടന്നുവരുന്നു. കൂണും, പച്ചക്കറി വിഭവങ്ങളാണ് അവിടത്തുകാർക്ക് കുടുതൽ പ്രിയം. എന്താഹാരമാണ് ജനങ്ങൾ കഴിക്കേണ്ടതെന്നുപോലും ഭരണകൂടം നിശ്ചയിക്കുന്ന രാജ്യത്തെ പ്രതിനിധീകരിക്കുന്നതുകൊണ്ടു തന്നെ ചൈനയിലെ ആഹാരവൈവിദ്ധ്യവും സ്വാതന്ത്ര്യവും എനിക്കേറെ ആകർഷകമായി തോന്നി. കേവലം ആഹാരമെന്നതിനപ്പുറത്തേക്ക് ചൈന നമുക്കു മുന്നിലേക്ക് ഭക്ഷണ വിപ്ലവത്തിന്റെ രാഷ്ട്രീയമാണ് വിളമ്പുന്നത്.

ജനാധിപത്യത്തിന്റെ ചുംബനങ്ങൾ

'**ചും**ബന'മെന്ന വാക്കുപോലും വിറളിപിടിപ്പിക്കുന്ന നാട്ടിൽനിന്നും കമ്യൂണിസത്തെ ചുംബിക്കുന്ന സുവർണ്ണ രാഷ്ട്രത്തിലേക്കുള്ള വിമാന യാത്ര ലോകത്തെക്കുറിച്ചും മനുഷ്യരെക്കുറിച്ചും വിശാലമായ അറിവാണ് സമ്മാനിച്ചത്.

ചൈനയിലെ സ്ത്രീ പുരുഷ ബന്ധങ്ങളിലെ സ്വാതന്ത്ര്യത്തെക്കുറിച്ച് അന്വേഷിക്കണമെന്ന് യാത്രയ്ക്കു മുമ്പേ തീരുമാനിച്ചിരുന്നതാണ്. ഇന്ത്യയിൽ മറ്റു സംസ്ഥാനങ്ങളിലില്ലാത്തവണ്ണം ശക്തമായ സദാചാര പൊലീസിന് നിലവിലുള്ള കേരളത്തിൽ ജീവിക്കുന്നതുകൊണ്ടാകാം, ഒരു കമ്യൂണിസ്റ്റ് രാഷ്ട്രം ആൺ-പെൺ സൗഹൃദങ്ങളെയും പ്രണയ/ലൈംഗിക ജീവിതത്തെയും എങ്ങനെ കാണുന്നുവെന്ന് അന്വേഷിക്കാനുള്ള കൗതുകം വളരെയേറെയായിരുന്നു.

കേരളത്തിൽ എല്ലാ ബന്ധങ്ങളും നാമിപ്പോൾ വായിക്കുന്നത് സദാചാര സംഹിതകളുടെ ത്രാസിലാണ്. ഒളിച്ചുവച്ച ഒരു ക്യാമറയാണ് കേരളത്തിന്റെ പൊതുമനസ്സ്. ഒരുമിച്ച് സഞ്ചരിക്കുന്ന അമ്മയും മകനുമോ, സുഹൃത്തുക്കളോ, സഹോദരങ്ങളോ പോലും ആ ക്യാമറയിൽ കുടുങ്ങുന്നു. അവരുടെ ഒന്നിച്ചുള്ള നടത്തമോ വർത്തമാനമോ പോലും നമുക്കുള്ളിൽ ധാർമ്മികബോധത്തിന്റെ കൊടുങ്കാറ്റുയർത്തുന്നു. പൊലീസുകാർ പോലും സദാചാര ഗുണ്ടായിസത്തിന്റെ വക്താക്കളാണ് എന്നതാണ് ഏറെ ലജ്ജാകരം. സന്ധ്യകഴിഞ്ഞാൽ ഒറ്റയ്ക്കു നടക്കുന്ന പെണ്ണ് 'തേവിടിശ്ശി'യാകുന്ന, ജീൻസും ലെഗിൻസും ധരിച്ച പെണ്ണിനെ ഭയത്തോടെ നോക്കുന്ന ഒരു കേരളത്തിന് ഒന്നിച്ചു പൊതുവീഥികളിലൂടെ നടന്നുപോകുന്ന ഒരാണിനോടും പെണ്ണിനോടും സഹിഷ്ണുത കാണിക്കാനാവാത്തതിൽ അത്ഭുതമൊട്ടുമില്ല.

ചൈനയിൽ ഉടനീളം സ്വതന്ത്രമായി ചിന്തിക്കുകയും പ്രവർത്തിക്കുകയും ചെയ്യുന്ന സ്ത്രീകളെ കണ്ടു. ജനകീയമാണ് ചൈന പുലർത്തുന്ന സ്ത്രീ-പുരുഷ ബന്ധങ്ങളിലുള്ള സ്വാതന്ത്ര്യബോധം. കാമ്പസുകളിൽ മാത്രമല്ല, നഗരങ്ങളിലും തെരുവുകളിലും തദ്ദേശീയരായ സ്ത്രീകൾ സ്വതന്ത്രരായി നടക്കുന്നു. തുറിച്ചു നോട്ടങ്ങൾ അവരെ ഒരല്പവും ഭയപ്പെടുത്തുകയില്ല. വിപണന സ്ഥലങ്ങളിലധികവും സ്ത്രീകളാണ് കച്ചവടക്കാർ. ടൂറിസ്റ്റ് ഗൈഡുകളുടെ കാര്യത്തിലും അങ്ങനെ തന്നെ. രാപകൽ വ്യത്യാസമില്ലാതെ ചൈനയിൽ സ്ത്രീകൾ സ്വാതന്ത്ര്യം അനുഭവിക്കുന്നു. കമ്യൂണിസ്റ്റ് വിപ്ലവം സ്ത്രീകൾക്കായി ഭൂമിയിലെ പറുദീസയാണ് തുറന്നു കൊടുത്തതെന്ന് എനിക്ക് ദിവസങ്ങൾക്കുള്ളിൽത്തന്നെ വ്യക്തമായി.

മാവോയിൽ തുടങ്ങി എല്ലാ കമ്യൂണിസ്റ്റ് ഭരണാധികാരികളും ലിംഗസമത്വത്തിൽ വിശ്വസിച്ചിരുന്നു. സ്ത്രീകൾക്കെതിരായ ലൈംഗികാതിക്രമങ്ങൾ ചൈനയിൽ വളരെ അപൂർവ്വമാണെന്ന് അന്വേഷിച്ചപ്പോൾ അറിയാൻ സാധിച്ചു. ആൺ-പെൺ ബന്ധങ്ങൾക്കും സ്ത്രീ സ്വാതന്ത്ര്യത്തിനും ഏറെ പ്രാധാന്യം നല്കുന്ന ഒരു വ്യവസ്ഥയിൽ സ്ത്രീകൾ സ്വാഭാവികമായും ബഹുമാനിക്കപ്പെടുകയാണ് പതിവ്. കേരളത്തിൽ ജിഷയുടെ ക്രൂരമായ മാനഭംഗവും കൊലപാതകവുമുയർത്തിയ മുറിവുകൾ ഞാനിതെഴുതുമ്പോഴും ശമിച്ചിട്ടില്ല. പല പ്രായത്തിലുള്ള പെൺകുട്ടികളുടെയും അമ്മമാരുടെയും പീഡനകഥകളുമായാണ് പത്രങ്ങൾ പുറത്തിറങ്ങുന്നതു തന്നെ. അടിച്ചമർത്തിയ ലൈംഗികതയും കാലഹരണപ്പെട്ട സദാചാരസംഹിതകളും ചുമന്നു നടക്കുന്ന ഒരു സമൂഹത്തിൽ നിന്നും വിവേകം പ്രതീക്ഷിക്കുന്നതിൽ അർത്ഥമില്ല.

ഞങ്ങൾ സന്ദർശിച്ച യൂനാൻ സർവ്വകലാശാല കാമ്പസിൽ ആൺകുട്ടികളും പെൺകുട്ടികളും സ്വതന്ത്രമായി ഇടപെടുന്നത് കണ്ടപ്പോൾ കേരളത്തിലെ ഏതെങ്കിലുമൊരു കാമ്പസിൽ ഇത് സാദ്ധ്യമാണോ എന്ന ചിന്തയാണ് എന്നിൽ നിറഞ്ഞത്. പ്രണയഗാനങ്ങൾ പൂക്കുന്ന മാവിൻ ചില്ല

കളെ തകർക്കാൻ അവിടെയാരും വരുന്നതു കണ്ടില്ല.

പുൽത്തകിടികളിൽ ആൺകുട്ടികളും പെൺകുട്ടികളും ഒന്നിച്ചിരുന്നു പഠിക്കുന്നു. അവരുടെ മുഖത്ത് സ്വാതന്ത്ര്യത്തിന്റെ തിളക്കമുണ്ട്. ലൈംഗികതയാൽ നിർവ്വചിക്കപ്പെടാത്ത ആൺ - പെൺ ബന്ധങ്ങൾ ഏതൊരു കാമ്പസിന്റെയും ജനാധിപത്യബോധത്തിന്റെ വാഴ്ത്തലാണെന്ന് ചൈനയിലെ കാമ്പസുകൾ ഓർമ്മിപ്പിക്കുന്നു. പ്രണയിക്കുന്നവർക്കും തങ്ങളുടെ സ്വാ തന്ത്ര്യം ആസ്വദിക്കാം. ആശ്ലേഷിക്കുകയും ചുംബിക്കുകയും ചെയ്യുന്ന കമിതാക്കളെ ആരും തുറിച്ചു നോക്കുകയില്ല. കാമ്പസിൽ മാത്രമല്ല, നഗരവീഥികളിലും തെരുവുകളിലും സ്ത്രീ-പുരുഷ ബന്ധങ്ങൾ സ്വതന്ത്രമാണ്. വിദേശരാജ്യങ്ങളെപ്പോലെ തെരുവുകളിൽ ലൈംഗിക അരാജകത്വം ചൈനയിലില്ല. എന്നാൽ, സ്നേഹസ്പർശങ്ങളെ ചൈന വിലക്കുന്നുമില്ല. പൊതുസമൂഹത്തിൽ പ്രകടിപ്പിക്കുന്ന അതിരുകളും സ്വജീവിതത്തിൽ പുലർത്തുന്ന സ്വാതന്ത്ര്യങ്ങളും മനോഹരമായി കൂട്ടിയിണക്കുന്ന ചൈനീസ് ജനതയോട് എനിക്ക് ബഹുമാനം തോന്നി.

ചൈനീസ് പുരുഷന്മാരുടേതിനേക്കാൾ എന്നെയാകർഷിച്ചത് സ്ത്രീകളുടെ വസ്ത്രധാരണമാണ്. തണുപ്പുകാലത്ത് ശരീരം മുഴുവൻ മൂടുന്ന വസ്ത്രങ്ങളാണ് അവർ ധരിക്കുക. ചൂടുകാലത്ത് ചെറിയ ടീഷർട്ട്, ബനിയൻ, ഇറക്കം കുറഞ്ഞ നിക്കർ എന്നിവയാണ് പെൺകുട്ടികൾ ഉപയോഗിക്കുക. കമ്യൂണിസ്റ്റ് രാജ്യങ്ങളിലെ സ്ത്രീകൾ സ്വാതന്ത്ര്യമനുഭവിക്കുന്നില്ല എന്നാണല്ലോ എക്കാലത്തെയും പാശ്ചാത്യ വിമർശനം. നേരിട്ടനുഭവിക്കുമ്പോൾ നമുക്കീ വിമർശനങ്ങളുടെ പൊള്ളത്തരം വ്യക്തമാകും. ഒരുപക്ഷേ, പാശ്ചാത്യ രാജ്യങ്ങളിലേക്കാൾ കൂടുതൽ സ്വാതന്ത്ര്യവും സുരക്ഷിതത്വവും ചൈനീസ് സ്ത്രീകൾ കമ്യൂണിസ്റ്റ് ഭരണകൂടത്തിനുകീഴിൽ അനുഭവിക്കുന്നു.

പണ്ടുകാലത്ത് വിവാഹങ്ങൾ സാമ്പത്തിക ഇടപാടുകളായിരുന്നു ചൈനയിൽ. വീട്ടുകാർ സാമ്പത്തികാടിസ്ഥാനത്തിൽ തിരഞ്ഞെടുക്കുന്ന വരനെയും വധുവിനെയുമാണ് അന്നത്തെ ചൈനീസ് സമൂഹം അംഗീകരിച്ചിരുന്നത്. എന്നാലിന്ന് സ്ഥിതി മാറി. വിവാഹങ്ങളിൽ നല്ല പങ്കും

പ്രണയവിവാഹങ്ങളാണ്. ഇണകളെ തിരഞ്ഞെടുത്ത ശേഷം വീട്ടുകാരെ അറിയിച്ച് ഔപചാരികമായി വിവാഹം കഴിക്കുകയാണ് ചൈനയിൽ പതിവ്. പ്രണയ വിവാഹങ്ങൾ കൂടുന്നുവെങ്കിലും വിവാഹമോചനങ്ങൾ ചൈനയിൽ കുറവാണ്. ഇന്ത്യയിലും പാശ്ചാത്യരാജ്യങ്ങളിലും വിവാഹമോചനങ്ങൾ വർദ്ധിക്കുമ്പോൾ ചൈനയിലെ കുടുംബബന്ധങ്ങൾ സുദൃഢമായി തുടരുന്നു. സ്ത്രീകൾ സാമ്പത്തികമായി സ്വാതന്ത്ര്യമനുഭവിക്കുന്നതാണ് വർദ്ധിച്ചുവരുന്ന വിവാഹമോചനങ്ങളുടെ പ്രധാന കാരണമെന്ന് കേരളത്തിൽ ഞാൻ പങ്കെടുത്ത പല ചാനൽ ചർച്ചകളിലും ഉയർന്നു കേട്ടിരുന്നു. ചൈനയിലെ സ്ത്രീ സാമ്പത്തികമായി പുരുഷനോളം സ്വാതന്ത്ര്യമനുഭവിക്കുന്നു. എന്നാൽ, കുടുംബബന്ധങ്ങൾ ശിഥിലമാകുന്ന അവസ്ഥ ചൈനയിൽ അപൂർവ്വമാണ്. ജീവിതത്തെ മഹത്തരമായ മൂല്യങ്ങൾക്കൊത്തു നിർവ്വചിക്കുന്നവരാണ് ചൈനീസ് ജനതയെന്നു വേണം മനസ്സിലാക്കാൻ.

ഇന്റർനെറ്റ്, പത്രങ്ങൾ, ടെലിവിഷൻ എന്നീ മാധ്യമങ്ങളും വിവാഹങ്ങളിൽ തങ്ങളുടേതായ പങ്കുവഹിക്കുന്നു. സ്ത്രീ പുരുഷന്മാർ ടിവിയിൽ പ്രത്യക്ഷപ്പെട്ട് തങ്ങളുടെ വിവാഹസങ്കല്പങ്ങൾ അവതരിപ്പിക്കുന്ന രസകരമായ സംഗതിയും ചൈനയിൽ സർവ്വസാധാരണമാണ്.

ഒരു വികസിത സമൂഹം എങ്ങനെയാണ് സ്ത്രീ പുരുഷ ബന്ധങ്ങളിലെ സ്വാതന്ത്ര്യത്തെ വായിക്കേണ്ടത് എന്നതിന്റെ മികച്ച ഉദാഹരണം ചൈനയിലാണ്. സച്ചിദാനന്ദൻ മാഷ് പണ്ടെപ്പഴോ എഴുതിയത് ഓർമ്മ വരുന്നു. 'ചൈനയിൽ ഒരു രണ്ടാം സാംസ്കാരിക വിപ്ലവം നടക്കുകയാണ്. പ്രണയത്തിന്റേതാണ് അത്.' പ്രണയത്തിന്റെയും സ്വാതന്ത്ര്യത്തിന്റെയും രണ്ടാം സാംസ്കാരിക വിപ്ലവം ചൈനയുടെ ജനാധിപത്യത്തെ കൂടുതൽ മനുഷ്യഗന്ധിയാക്കുന്നു.

ഉറങ്ങാത്ത വാക്കുകളുടെ മാവോ

മാവോയുടെ ചിത്രങ്ങളും പ്രതിമകളും ചൈനയുടെ പല വീഥികളിലും കാണാം. എനിക്കേറ്റവും പ്രിയപ്പെട്ടതായി തോന്നിയത് മാവോ സൂക്തങ്ങളാണ്. ഒരു രാഷ്ട്രതന്ത്രജ്ഞന്റെ ദീർഘദർശിത്വം മാത്രമല്ല അദ്ദേഹത്തിന്റെ ധ്യാനവചസ്സുകളിൽ കാണാനാവുന്നത്. തത്ത്വചിന്തയുടെ ആഴവും, മനുഷ്യവിമോചനത്തിന്റെ സിംഫണിയും ആ വാക്കുകളിലുണ്ട്. മഹാനായ ഒരു മനുഷ്യസ്നേഹി അദ്ദേഹത്തിന്റെ സൂക്തങ്ങളുടെ ആത്മാവിൽ ജ്വലിച്ചു നില്പുണ്ട്. തന്റെ സൂക്തങ്ങളിലൂടെ ഒരു മികച്ച സാമൂഹിക ശാസ്ത്രജ്ഞനാണ് താനെന്ന് മാവോ അടിവരയിട്ട് പറയുന്നു.

വിപ്ലവത്തെപ്പറ്റി മാവോ പറഞ്ഞു: "വിപ്ലവം ഒരു അത്താഴവിരുന്നല്ല. മഹാമനസ്കതയോ, ഭയമോ, വിനയമോ, വിധേയത്വമോ അതിൽ പ്രതീക്ഷിക്കരുത്. വിപ്ലവത്തിന്റെ സ്വഭാവം പൊട്ടിത്തെറിയുടേതാണ്. അടിസ്ഥാനവർഗ്ഗം വർഗ്ഗശക്തിയുപയോഗിച്ച് ആധിപത്യവർഗ്ഗത്തെ കശക്കിയെറിയുന്നതാണ് വിപ്ലവത്തിന്റെ സാരം."

മാവോ മുസോളിയത്തിന് സമീപം തന്നെ 'മാവോ പ്രദർശനം' നടക്കുന്നുണ്ട്. മാവോയുടെ ജീവചരിത്ര പ്രദർശനമാണത്. ഒരു രാഷ്ട്രീയ വിദ്യാർത്ഥി എന്ന നിലയിൽ വളരെ കൗതുകത്തോടെയാണ് ഞാൻ പ്രദർശനം കണ്ടത്. ചൈനീസ് വിപ്ലവത്തിൽ മാവോ വഹിച്ച പങ്കിന്റെ സാക്ഷ്യമാണ് പ്രദർശനം. വിപ്ലവ വിജയത്തിന്റെ നിമിഷമടക്കം പല കാലങ്ങളിലായി മാവോ നടത്തിയ പ്രഭാഷണത്തിന്റെ രേഖകൾ, വിപ്ലവപ്രസ്ഥാനങ്ങളെപ്പറ്റിയുള്ള ആധികാരിക വിവരങ്ങൾ, മാവോയുടെ അത്യപൂർവ്വങ്ങളായ ചിത്രങ്ങൾ ഒക്കെയും പ്രദർശനത്തിലുണ്ട്. പ്രദർശനത്തിലുട നീളം മാവോയുടെ സൂക്തങ്ങൾ വായിക്കാനിടയായി. അവയിൽ പലതും പലപ്പോഴായി കേട്ടിട്ടുള്ളതാണെങ്കിലും പ്രദർശനവേദിയിൽ എനിക്കവ പുതുതായി തോന്നി. ആഹ്ലാദത്തോടെ അവയിൽ പലതും ഞാൻ കുറി

ച്ചെടുത്തു. തത്ത്വചിന്തയും, രാഷ്ട്രീയ വീക്ഷണവും പ്രതിഫലിക്കുന്ന വാക്കുകളുടെ വേര് പടർന്നിട്ടുള്ളത് മാവോയിസ്റ്റ് ലെനിനിസ്റ്റ് ആശയ സംഹിതകളിൽ തന്നെയാണ്. സൂക്തങ്ങൾ മാത്രമല്ല വ്യഖ്യാനങ്ങളുമുണ്ട്.

മാവോയുടെ കാലത്ത് 'റേഡിയോ പെക്കിങ്ങിൽ'അദ്ദേഹത്തിന്റെ സൂക്തങ്ങൾ നിരന്തരം മുഴങ്ങിയിരുന്നത്രേ. ജനങ്ങളെ ത്രസിപ്പിക്കാനും ഊർജ്ജം നല്കാനും അദ്ദേഹത്തിന്റെ വാക്കുകൾക്ക് കഴിഞ്ഞു. ആകർഷകമായ ആ വാക്കുകൾക്ക് ചൈനയിൽ മാത്രമല്ല ലോകമെമ്പാടും ആസ്വാദകരുണ്ട്.

'പാതിയാകാശത്തെ താങ്ങുന്നവരാണ് സ്ത്രീകൾ' എന്ന മാവോ വചനം വായിച്ച് എനിക്കഭിമാനം തോന്നി. വെറും വാക്കുകളിൽ മാത്രമല്ല മാവോ സ്ത്രീജീവിതത്തെ മഹത്വവല്ക്കരിച്ചത്. വിപ്ലാവനന്തര ചൈന സ്ത്രീയുടെ വൈയക്തികവും സാമൂഹികവുമായ വൻ വളർച്ചയ്ക്കാണ് സാക്ഷ്യം വഹിച്ചത്. കമ്യൂണുകളുടെ വളർച്ചയോടെ വ്യവസ്ഥാപിത കുടുംബജീവിതത്തിന്റെ കെട്ടുപാടുകളിൽനിന്നും വിധേയത്വ ലിംഗ പദവിയിൽ നിന്നും ചൈനീസ് സ്ത്രീ മോചിതയായി. അവളുടെ തൊഴിൽ ജീവിതവും സാമൂഹിക ജീവിതവും മെച്ചപ്പെട്ടു. അദ്ധ്വാനത്തെ മാവോ മഹത്വവല്ക്കരിച്ചപ്പോൾ സ്ത്രീകൾ കൃഷിയിലും വ്യവസായത്തിലും മറ്റിതര തൊഴിലിടങ്ങളിലും സജീവമായി. മാവോയുടെ നേതൃത്വത്തിൽ ചൈനീസ് ഭരണകൂടം സ്ത്രീകൾക്ക് പുരുഷനോടൊപ്പം അന്തസ്സും തന്റേടവും സാമ്പത്തിക സ്വാശ്രയത്വവും ഉറപ്പാക്കാനുള്ള പദ്ധതികൾ ആവിഷ്കരിച്ചു. ഒറ്റ കുട്ടി നയം മാതൃത്വത്തിന്റെ കെട്ടുപാടുകളിൽനിന്ന് സ്ത്രീയെ വിമോചിപ്പിച്ചു. ചൈനീസ് വിപ്ലവം സ്ത്രീ യുടെ സ്വാതന്ത്ര്യ പ്രഖ്യാപനത്തിന്റെ പിറവി കൂടിയായി. പാതിയാകാശവും പാതിഭൂമിയും

സ്ത്രീകൾക്ക് നല്കുക വഴി സ്ത്രീയുടെ സാമൂഹിക പദവിയിൽ വൻ മുന്നേറ്റമാണ് മാവോ ഭരണത്തിൻകീഴിൽ ചൈന അനുഭവിച്ചത്.

രാഷ്ട്രീയാധികാര പ്രവേശത്തെപ്പറ്റിയുള്ള മാവോയുടെ പ്രശസ്തമായ സൂക്തമാണ് 'അധികാരം വളരുന്നത് തോക്കിൻ കുഴലിലൂടെയാണ്' എന്നത്. 'വിപ്ലവം അത്താഴവിരുന്ന'ല്ലെന്ന് 1927 ൽ അദ്ദേഹം പറഞ്ഞത് ഇതിനോടൊപ്പം ചേർത്തുവയ്ക്കേണ്ടതാണ്. അഹിംസയിലധിഷ്ഠിതമായി അധികാരമാറ്റം അദ്ദേഹം സ്വപ്നം കണ്ടില്ല. അത്തരമൊന്ന് അസാധ്യമാണെന്ന വ്യക്തമായ തിരിച്ചറിവ് മാവോയിക്കുണ്ടായിരുന്നു. സാമ്രാജ്യത്വ ശക്തികളെയും ഫ്യൂഡൽ മേധാവിത്വത്തെയും രാജവാഴ്ചയെയും നേരിടാനുള്ള ഏറ്റവും നല്ല മാർഗ്ഗമായി അദ്ദേഹം സായുധ വിപ്ലവത്തെ സ്വീകരിച്ചു.

'ഗറില്ല പോരാട്ടത്തിലൂടെ, ഒളിയുദ്ധത്തിലൂടെ അധികാരം പിടിച്ചെടുക്കുക' എന്ന അദ്ദേഹത്തിന്റെ വാക്കുകൾ ചെഗുവേരയുടെ ഓർമ്മകളുണർത്തും. ഗറില്ലാ പോരാട്ടങ്ങളും ഒളിവു യുദ്ധങ്ങളുമായിരുന്നു ചെ സാമ്രാജ്യത്വ സേനയ്ക്കെതിരെ വികസിപ്പിച്ചെടുത്ത യുദ്ധതന്ത്രങ്ങൾ. കുമിങ്താങ് സേനയ്ക്കെതിരെ മാവോയും ചുവപ്പ് സേനയും പ്രയോഗിച്ചതും ഇതേ തന്ത്രങ്ങളായിരുന്നു. ചുവപ്പ് സേനയോടുള്ള ആഹ്വാനങ്ങളും നിർദ്ദേശങ്ങളും യുദ്ധതന്ത്രജ്ഞനായ മാവോയ്ക്കു നേരെ വെളിച്ചം വീശുന്നവയാണ്.

'പോരാടുക, വിജയം വരെ പോരാടുക. ആത്മാഭിമാനം ഉയർത്തിപ്പിടിച്ച് പോരാടിയാൽ വിജയം ഉറപ്പാണ്.'

മാവോ തുടരുന്നു:

'ശത്രു മുന്നേറുമ്പോൾ നാം സ്വയം പിന്മാറുക. ശത്രു നില്ക്കുമ്പോൾ നമ്മൾ അവരെ നിരന്തരം ആക്രമിച്ചുകൊണ്ടിരിക്കുക. ശത്രു തളരുമ്പോൾ കൊടുങ്കാറ്റുപോലെ അക്രമം അടിച്ചുവിടുക. ശത്രു പിന്മാറുമ്പോൾ അവരെ പിന്തുടരുക.'

ഈ യുദ്ധതന്ത്രങ്ങൾ തന്നെയാണ് ഒരു വർഷത്തിലേറെ നീണ്ട വൻമാർച്ചിൽ അദ്ദേഹം പരീക്ഷിച്ചു വിജയിച്ചത്. മാവോ സൂക്തങ്ങൾ കേവലം വാക്കുകൾക്കപ്പുറം പ്രായോഗിക പാഠങ്ങളാവുന്നത് അവയ്ക്ക് അനുഭവങ്ങളുടെ വിയർപ്പ് മണക്കുന്നതിനാലാണ്.

തൊഴിലാളികളും കർഷകരും ചേർന്നതായിരുന്നു മാവോയുടെ നേതൃത്വത്തിൽ പിറന്ന ചെമ്പട. സൈന്യത്തെ അഭിസംബോധന ചെയ്ത് ഒരിക്കൽ മാവോ പറഞ്ഞു.

'ഗറില്ലാ പോരാളികൾ ജനങ്ങൾക്കിടയിൽ നീങ്ങണം. മത്സ്യം ജലത്തിലെന്ന പോലെ.'

വിപ്ലവത്തിന് ജനകീയമായ അടിത്തറവേണമെന്ന പക്ഷക്കാരനായിരുന്നു മാവോ. കർഷകരും സാധാരണ തൊഴിലാളികളുമായിരുന്നു മാവോയുടെ സൈന്യത്തിന്റെ ശക്തി. അവരിൽ വിശ്വാസമർപ്പിച്ച മാവോ, അവരുടെ പിന്തുണ ഉറപ്പാക്കാൻ സദാ ശ്രമിച്ചുപോന്നു.

സൈന്യം കേവല ആർക്കൂട്ടത്തിന്റെ ആയുധീകരണവും ഹിംസയും മാത്രമല്ലെന്നറിഞ്ഞ മാവോ ഒരിക്കൽ സൈന്യത്തെ ഇങ്ങനെ ഓർമ്മിപ്പിച്ചു.

'സംസ്കാരമില്ലാത്ത സൈന്യം ബുദ്ധിഹീനമായ സൈന്യമാണ്. ബുദ്ധിഹീനമായ സൈന്യത്തിന് ശത്രുവിനെ തോല്പിക്കാനാവില്ല.'

അപരിചിതനായ മാവോ

മാവോ സേ തുങ്ങിനെ പോലെ ചരിത്രത്താൽ ആരാധിക്കപ്പെടുകയും കല്ലേറിയപ്പെടുകയും ചെയ്ത മനുഷ്യർ ചുരുക്കമായിരിക്കും. ഏതൊരു രാഷ്ട്രത്തിന്റെയും രാഷ്ട്രീയ ഭാഗധേയം നിർണ്ണയിച്ച വിപ്ലവ നായകർ പില്ക്കാലത്ത് സ്തുതിഗീതങ്ങളാൽ പൊതിയപ്പെടുകയാണ് പതിവ്. എന്നാൽ, മാവോയുടെ ചരിത്രം ഇതിന് വിരുദ്ധമാണ്. മാവോ പ്രശംസിക്കപ്പെട്ടതിനേക്കാൾ വിമർശിക്കപ്പെടുകയാണുണ്ടായത്. ചിതറി തെറിച്ചു കിടന്ന, രാജവാഴ്ചയുടെയും ഫ്യൂഡൽ അധികാര പ്രമത്തതയുടെയും ക്രൗര്യങ്ങളിൽ മുറിഞ്ഞ് ദുർബ്ബലമായ ഒരു രാജ്യത്തെ ലോകത്തിന്റെ രാഷ്ട്രീയ ഭൂപടത്തിൽ ഉറച്ച ശക്തിയാക്കിയത് മാവോയുടെ കാർമ്മികത്വത്തിൽ നടന്ന വിപ്ലവവും തുടർപ്രവർത്തനങ്ങളുമാണ് എന്നംഗീകരിക്കുമ്പോൾ തന്നെ മാവോയെ പാശ്ചാത്യമാദ്ധ്യമങ്ങൾ നിരന്തരം ക്രൂശിച്ചു. തീർച്ചയായും മനുഷ്യസഹജമായ നിരവധി തെറ്റുകൾ മാവോയ്ക്കും സംഭവിച്ചിട്ടുണ്ടാകാം. സാമ്പത്തിക വികാസം ലക്ഷ്യമാക്കി മാവോ ആവിഷ്കരിച്ച മുന്നോട്ടുള്ള വൻ കുതിച്ചുചാട്ടം (Great Leap forward) പ്രതീക്ഷിച്ച പോലെ സാമ്പത്തികാവസ്ഥയെ സോഷ്യലിസ്റ്റ് ക്രമത്തിൽ വളർത്തുന്നതിന് നാന്ദിയായപ്പോൾ തന്നെ ചില പാളിച്ചകൾ (ക്ഷാമത്തിന്റെയും പട്ടിണി മരണത്തിന്റെയും അനുഭവങ്ങൾ) പദ്ധതിയുടെ ഫലമായുണ്ടായി. സാംസ്കാരിക വിപ്ലവം (Cultural Revolution) പ്രതീഷിച്ച വിപ്ലവകരമായ മാറ്റങ്ങൾ സൃഷ്ടിക്കുന്നതിൽ പരാജയപ്പെട്ടതിനെ ചൈനയിലെ പാർട്ടി തന്നെ ചർച്ച ചെയ്തിട്ടുണ്ട്. എന്നിട്ടും ചൈനയിലെ ജനത മാവോയെ തങ്ങളുടെ ഹൃദയത്തിൽ സ്നേഹാദരങ്ങളോടെ ചേർത്തു നിർത്തുന്നതിൽനിന്നു തന്നെ ചൈനീസ് ജനതയുടെ സാമൂഹിക സ്മൃതികളിൽ മാവോ ജ്വലിച്ചു നില്ക്കുന്ന താരകമാണെന്ന് വ്യക്ത

മാകും (Public Memory is short living എന്ന എം എൻ വിജയൻ മാഷിന്റെ ചിന്തയെപ്പോലും തിരുത്തിക്കൊണ്ട്)

വിമർശിക്കപ്പെടുകയും ക്രൂശിക്കപ്പെടുകയും ചെയ്ത മാവോയുടെ വ്യക്തി ജീവിതത്തിലേക്ക് കിളിവാതിൽ തുറക്കുന്ന, *മാവോ സെ തുങ്, ദൈവമല്ല, മനുഷ്യൻ* (*Mao Man not God*) എന്ന പുസ്തകം ബെയ്ജിങ്ങിലെ പുസ്തകക്കടയിൽനിന്നാണ് ഞാൻ വാങ്ങിയത്. യാത്രയുടെ ഇടവേളകളിൽ പുസ്തകത്തിലെ പച്ചയായ മനുഷ്യനെ മാവോയിലൂടെ ഞാൻ അനുഭവിച്ചു. (മലയാളത്തിൽ മാവോയുടെ നേർജീവിതം വരഞ്ഞിടുന്ന ആധികാരിക പുസ്തകങ്ങൾ കുറവാണെന്നു തന്നെ പറയാം, പക്ഷപാതപരമായ രചനകളിൽ പലതും മാവോയെ താരതമ്യം ചെയ്തിരിക്കുന്നത് ഹിറ്റ്ലറോടാണ് എന്നതാണ് ഏറ്റവും സങ്കടകരം). ചൈനയിലെ പ്രശസ്ത എഴുത്തുകാരനായ ക്വയാൻ യാഞ്ചി (Quan Yanchi) തയ്യാറാക്കിയ പുസ്തകം പ്രതിപാദിക്കുന്നത് ദീർഘകാലം മാവോയുടെ ബോഡിഗാർഡ് ആയിരുന്ന ക്വിൻകിയുടെ അനുഭവങ്ങളാണ്. പർവ്വതീകരിക്കപ്പെടുകയും അന്ധമായി ക്രൂശിക്കപ്പെടുകയും ചെയ്യുന്ന മാവോ അല്ല "മാവോ സെ തുങ്ങ്, ദൈവം അല്ല മനുഷ്യനിൽ" പ്രത്യക്ഷപ്പെടുന്നത്. വിഗ്രഹവല്ക്കരിക്കപ്പെടാത്ത മാവോ സാധാരണക്കാരിൽ സാധാരണക്കാരനായിരുന്നുവെന്ന് പുസ്തകം പറയുന്നു. നാട്ടിൻപുറത്തെ സാധാരണ കർഷക കുടുംബത്തിൽ ജനിച്ച്, അതൃപ്തിയുടേതായ യൗവനം കടന്ന്, നിരന്തര പോരാട്ടങ്ങളിലൂടെ ഒരു രാഷ്ട്രത്തിന്റെ നിയതി നിർണ്ണയിച്ച മഹാനായ രാഷ്ട്രീയക്കാരനെ മാത്രമല്ല പുസ്തകം അടയാളപ്പെടുത്തുന്നത്. മറിച്ച്, അറിയപ്പെടാത്ത മാവോയുടെ വ്യക്തി ജീവിതത്തിലേക്ക് എഴുത്തുകാരൻ നമ്മെ കൈപിടിച്ചു കൊണ്ടുപോകുന്നു.

വിപ്ലവകാരിക്കപ്പുറത്ത്, മനുഷ്യസ്നേഹിയായ കവിയും കലാസ്വാദകനുമായ ഒരു മാവോ മുന്നിൽ ഉദിച്ചുയരുന്നു. അദ്ദേഹം ഒപ്പേറയിൽ സാധാരണക്കാർക്കൊപ്പമിരുന്ന് നാടകമാസ്വദിക്കുകയും വികാരം കൊള്ളുകയും ചെയ്യുന്നുണ്ട്. രാഷ്ട്രസേവനത്തിനായി ഉറക്കമില്ലാത്ത രാത്രിക

ളിലൂടെ സഞ്ചരിച്ച് ഒടുക്കം ഉറക്കം തന്നെ നഷ്ടപ്പെടുന്ന മാവോ ഉറങ്ങാൻ ഉറക്കഗുളികകളിൽ അഭയം തേടുന്നുണ്ട്.

വിപ്ലവാനന്തര ചൈന നേരിടേണ്ടിവന്ന കടുത്ത സാമ്പത്തിക പ്രതിസന്ധിയിൽ സങ്കടപ്പെടുന്ന മാവോയെ പുസ്തകത്തിൽ കാണാം. വിപ്ലവാനന്തരം ജനങ്ങളുടെ പട്ടിണി മാറ്റാൻ ആരംഭിച്ച ഭക്ഷണശാലകളിൽ നിന്നും ജനങ്ങൾക്ക് നല്കിപ്പോന്ന റൊട്ടിയുടെ ഗുണനിലവാരം മോശമാണെന്നു കണ്ട് കണ്ണു നിറയുകയും വിതുമ്പുകയും, അടുത്തുനിന്ന നേതാക്കളോട് രോഷം കൊള്ളുകയും ചെയ്ത മാവോയെ ഞാൻ സങ്കല്പിച്ചു നോക്കി. വൻമാർച്ചിലെ പോരാട്ടവഴികളിൽ ഭക്ഷണവും അന്നവുമില്ലാതെ അലഞ്ഞപ്പോഴും സ്ഥൈര്യം കൈവെടിയാതെ ലക്ഷ്യത്തിലേക്ക് വിരൽ ചൂണ്ടിയ മാവോയെ, പുത്തൻ വസ്ത്രങ്ങളെയും പണത്തെയും വെറുത്തിരുന്ന മാവോയെ, സമൂഹത്തിലെ സാധാരണക്കാരിലേക്ക് വേഷ പ്രച്ഛന്നനായി ക്ഷേമം തിരക്കാനെത്തിയിരുന്ന മാവോയെ പുസ്തകം പരിചയപ്പെടുത്തുന്നു.

പുനർവായനകൾ ആവശ്യമുള്ള ഒരു പുസ്തകമാണ് മാവോ. മനുഷ്യസഹജമായ തെറ്റുകുറ്റങ്ങൾ ഉണ്ടായിരിക്കുമ്പോൾ തന്നെ നിസ്വാർത്ഥമായിരുന്നു അദ്ദേഹത്തിന്റെ പോരാട്ടങ്ങൾ. നാം ഘോഷിക്കുന്ന തെറ്റുകൾ പോലും തനിക്കു വേണ്ടിയല്ല അദ്ദേഹം ചെയ്തത്. മറിച്ച്, രാഷ്ട്രത്തിന്റെ സോഷ്യലിസ്റ്റ് വികാസത്തിന് അനിവാര്യമായി തോന്നിയവയായിരുന്നു അദ്ദേഹം മുന്നോട്ടു വച്ച ഓരോ നവീകരണാശയവും.

മാവോയെ കാലാനുസൃതമായി പരിഷ്കരിക്കുന്നതിൽ കമ്യൂണിസ്റ്റ് പാർട്ടി ബദ്ധശ്രദ്ധ ചെലുത്തിയെന്നത് നേര്. പക്ഷേ, ഇന്നും ചൈന പുലർത്തുന്ന സോഷ്യലിസ്റ്റ് പാത മാവോ നിർമ്മിച്ചതു തന്നെയാണ്. പുതുതായി ജനിച്ച കുട്ടിക്കും മരിച്ചവർക്കും അല്ലാതെ വേറെയാർക്കും തെറ്റു ചെയ്യാതിരിക്കാനാവില്ലെന്ന് മാവോ തന്റെ സൂക്തങ്ങളിൽ പറയുന്നുണ്ട്. പരീക്ഷണങ്ങൾകൊണ്ട് സത്യത്തെ തേടണമെന്നാണ് മാവോ ഓർമ്മിപ്പിച്ചത്. മാവോ മുന്നോട്ടുവച്ച ദർശനങ്ങളെ കാലാനുസൃതം പരിഷ്കരിക്കുമ്പോൾ തന്നെ മാവോയുടെ ചിന്തകളുടെ സത്ത ചോർന്നു പോകാതെയാണ് ചൈനയിലെ പാർട്ടി സത്യത്തെ തേടുന്നതെന്ന് നിസ്സംശയം പറയാം.

9 789386 637765

Printed by Libri Plureos GmbH in Hamburg, Germany